ஆனைக் கோடரி

ஆனைக் கோடரி

ஒன்பது சிறுகதைகள்

தர்மு பிரசாத்

கருப்புப் பிரதிகள்

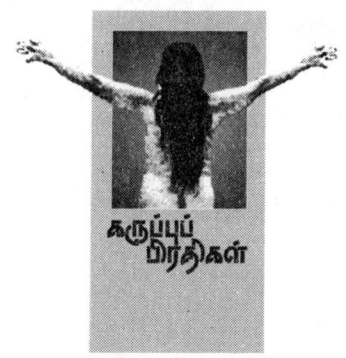

ஆனைக் கோடரி
ஒன்பது சிறுகதைகள்
© தர்மு பிரசாத்
முதற்பதிப்பு: பிப்ரவரி 2021

வெளியீடு: கருப்புப் பிரதிகள்
பி 55, பப்பு மஸ்தான் தர்கா, லாயிட்ஸ் சாலை
சென்னை 600 005
பேச: 94442 72500
மின்னஞ்சல்: karuppupradhigal@gmail.com
முகப்பு: தர்மு பிரசாத்
உள்வடிவமைப்பு: ஜீவமணி
அச்சாக்கம்: ஜோதி எண்டர்பிரைசஸ், சென்னை 600 005

விலை: ரூ. 130
ஐ.எஸ்.பி.என்; 978-81-943310-7-0

Aanaik kOdari
Nine Short stories
© Dharmu Pirasath

First Edition: February, 2021
by Karuppup Pradhigal
B55, Pappu Masthan Darga, Lloyds Road,
Chennai 600 005, Tamil Nadu, South India
Mobile: 94442 72500
Email: karuppupradhigal@gmail.com
Cover: Dharmu Pirasath
Layout: Jeevamani
Printed by: Jothy Enterprises, Chennai 600 005

Price: ₹ 130.00
ISBN: 978-81-943310-7-0

சுகன் மற்றும் ஷோபாசக்திக்கு...

உள்ளே...

01	நிலாவரை	9
02	பித்தளைத் தீர்வுகள்	23
03	விண்மீன்களின் இரவு	35
04	Rue Albert Camus	45
05	மிக இரகசிய இயக்கம்	57
06	தனிமையின் நூறு ஆண்டுகள்	69
07	சிறு துளை	83
08	ஆனைக் கோடரி	95
09	துண்டு நிலம்	110

தர்மு பிரசாத்

பிறந்தது ஆவரங்கால், யாழ்ப்பாணம். புலம்பெயர்ந்து வாழ்வது பரிஸ், பிரான்ஸ். ஆக்காட்டி இதழின் தொகுப்பாசிரியர். இதுவரை 17 ஆக்காட்டி இதழ்கள் வெளிவந்திருக்கின்றன. இது இவருடைய முதலாவது சிறுகதைத் தொகுப்பு. மின்னஞ்சல்: dhpirasath@gmail.com

நன்றி:
☐ ஆக்காட்டி ☐ புதியசொல் ☐ தமிழினி ☐ அகநாழிகை ☐ வல்லினம்

கதைகளுடன் இருப்பவர்கள்:
☐ தர்மினி ☐ அகல்யா ☐ வி.சிந்துகா ☐ ஹரி ராஜலெட்சுமி ☐ சுகன்
☐ ஷோபாசக்தி ☐ நெற்கொழுதாசன் ☐ மொஹமட் பர்ஹான்
☐ ஈ.செந்தூரன் ☐ யதார்த்தன் ☐ அனோஜன் பாலகிருஷ்ணன்
☐ பிருந்தன் (மீக்காயில்) ☐ கபில் ஸ்ரனிஸ்லஸ் ☐ கோகுல் பிரசாத்

நிலாவரை

தங்கராசு, உணவகம் வந்தபோது அது பூட்டி இருந்தது. நேற்று மதியம் வரை சன சந்தடியில் அல்லாடிய உணவகம் இன்று எவ்விதச் சலனமும் இல்லாமல் இருந்தது. அதன் கண்ணாடிக் கதவில் புதிதாக வெள்ளைத் துண்டில் அறிவித்தல் ஒன்று ஒட்டப்பட்டு இருந்தது. அதில் அடுத்த மாதம் கடை மீளத் திறக்கப்படும் என்ற அறிவித்தல் இருந்தது. உணவகத்தைப் பூட்டியதற்காக வாடிக்கையாளர்களிடம் மன்னிப்புக்கோரி இருந்தார்கள். தங்கராசுவிற்கு அது பிடித்திருந்தது. அறிவித்தலை மெதுவாகத் தடவிப் பார்த்துத் தலையை ஆட்டினார். தன்னிடமும் மன்னிப்பு கேட்டிருக்கலாமோ என்று நினைத்தவர், உதட்டைக் கடித்தார். ஆவணி மாதம் முழுவதும் உணவகத்தை மூடி விடுவார்கள். எல்லோருக்கும் ஒரு மாதம் விடுமுறை. கேட்காமல் கிடைக்கும் இந்த ஒரு மாத விடுமுறையை வைத்து என்ன செய்வது என்பது தங்கராசுவிற்குப் பெரும் பிரச்சினையாக இருக்கிறது.

விடுமுறை நாட்களில் ஒவ்வொரு நாளும் உணவகத்தின் வெளியே இருக்கும் நீளவாங்கில் அமர்ந்திருந்து வீதியை வேடிக்கை பார்ப்பார். கால் விறைத்தால் கால் மாற்றி அமர்ந்து பச்சை நிற சென் நதியைப் பார்ப்பார். வீதியும் நதியும் கோடை வெய்யிலில் வெளிப்பாக இருக்கும். பாரிஸின் எந்த மெத்ரோ நிறுத்தத்தில் இறங்கினாலும் நூற்றாண்டு பழமையான கட்டிடங்களைப் பார்க்க முடியும். பல கட்டிடங்கள் அய்ந்து நூற்றாண்டுகள் பின் தங்கிவிட்டவை போலிருக்கும். தங்கராசுவால் அந்தப் பழமையில் தொலைந்து போக முடியவில்லை. பழுப்புக் கட்டிடங்களில் புடைத்து இருக்கும் சிற்பங்களின் அடியில் படரும் மெல்லிய பச்சைப் பாசிகளே அவருக்குத் தெரிந்தன. தீ போன்ற செந்நாக்கை நீட்டியபடி கொடூரமான கண்களினால்

எரிக்கும் காளியின் மூர்க்கத்தின் முன்னால் கைகூப்பி நிற்கும் பணிவு அந்தச் சிற்பங்களில் கிடைக்கவில்லை. ஈபில் கோபுரத்தைப் பார்த்த போதும் கூட காந்தியின் சத்திய சோதனையில் படித்த வரிகளே அவருக்கு நினைவில் வந்தன. 'வெறும் இரும்புக் குப்பை'. ஆனால் பாரிஸ் நகரின் அழகின் மீதிருக்கும் விலக்கம் சென் நதியிடம் அவருக்கு இருந்ததில்லை. சென் நதி பச்சைப் படங்கு போல அசைந்து கொண்டிருந்தது. நதியின் பழுப்புப் பச்சை நீர் நிலாவரைக் கிணற்றின் நீரை போல தடிப்பாகவும், குளுமையானதாகவும் இருந்தது. அந்த நீரின் குளுமையை ஊரிலேயே அனுபவித்திருக்கிறார். சென் நதியில் சிறிய படகுகளின் கொடிகள் தூரமாகத் தெரிந்தன. மெல்லிய நிற இலகு ஆடைகளை அணிந்த சீனப் பயணிகளின் படகு மெதுவாக அவரைக் கடந்து சென்றது.

தங்கராசு இந்த உணவகத்திற்கு வேலைக்கு வந்த போது முன்னால் ஓடும் நதி சென் நதி எனத் தெரிந்திருக்கவில்லை. நான்கு நாட்கள் பயிற்சி முடிந்து முதல் நாள் வேலைக்குத் தாமதமாகவே வந்தார். வாசலில் நின்ற ஸ்டீபன் கையைத் திருப்பி மேல் கண்ணால் நேரத்தை பார்த்தார். ஸ்டீபனின் புளியங்கொட்டை போன்ற சிறிய கண்களில் மெல்லிய சிரிப்புத் தெரிந்தது. தங்கராசு இரண்டு நிமிடங்களும் இருபத்தியேழு நொடிகளும் தாமதம். தன் இடுப்பில் தொங்கிய வெள்ளை துணியில் கை துடைத்தபடி ஸ்டீபன் வணக்கம் சொல்லி தங்கராசுவுக்கு கை கொடுத்தார். ஸ்டீபனின் கனமான கை குளிர்ந்து இருந்தது. 'அந்த நதியைப் பார் த்தொங்கராயா சென் நதி யாருக்கும் காத்திருப்பதில்லை, ஒரு போதும் தாமதிப்பதும் இல்லை' என்று விட்டு அவருடைய முதுகில் தட்டி வாழ்த்துகள் சொன்னார்.

உணவகம் மதியப் பரபரப்பு முடிந்து, இரையை விழுங்கிய பாம்புபோல சோர்வாக இருந்தது. தங்கராசு உணவு அனுப்பும் சதுரத்தின் ஊடாக எட்டிச் சமயலறையின் உள்ளே பார்த்தார். செஃப் அடுப்பில் பெரிய பாத்திரத்தை வைத்து நீளமான மர அகப்பையால் தக்காளிச் சோஸைப் பதம் பார்த்துக் கொண்டிருந்தார். செஃப்பினுடைய கறுப்பு மேற்சட்டையும் நீலக்கோடு போட்ட காற்சட்டையும் அழுக்காக இருந்தன. இடுப்பில் செருகியிருந்த கரிப்பிடித்த துணி சுருண்டு

தொங்கியது. பாத்திரத்தின் உள்ளே உலகமே தெரிவது போல ஆர்வமாகப் பார்த்தபடி இருந்தார் செஃப். இன்னும் அய்ந்து நிமிடங்களில் பாத்திரத்தின் உட்பக்க அடி கறுத்து சீமெந்துக் கலவை போல இறுகித் தங்கராசுவின் வருகைக்குக் காத்திருக்கும். அதை சவற்கார நீரில் ஊறப்போட்டு தேய்த்துக் கழுவ வேண்டும். பெரிய பாத்திரங்களைக் கழுவி முடிக்க முன்னரே சிறிய பாத்திரங்களும் கோப்பைகளும் வந்து சேர்ந்து கழுவு தொட்டியை நிறைந்துவிடும். பின்னர் கையை - காலை ஆட்டி விரைவாக வேலை செய்ய முடியாது. சாப்பாடு குழைந்த மணத்துடனும் சவற்கார நுரையின் குமட்டலுடனும் ஒன்பது மணி நேரம் கழுவ வேண்டும். வெள்ளைப் பீங்கான் கோப்பைகளில் சிறு விரல் அடையாளம் கூட இல்லாமல் கவனமாகக் கழுவி, உலர்த்தி அடுக்க வேண்டும் என்பதில் செஃப் எப்போதும் கவனமாக இருப்பார்.

செஃப்பை பார்க்கும் போது தங்கராசுவிற்கு அர்ச்சுன ரணதுங்க நினைவில் வருவார். செஃப்பும் ரணதுங்கவைப் போல பருமனானவர், கூடவே சதுர வெள்ளைத் துணியை மடித்து இடுப்பில் சொருகி வைத்திருப்பார். அவர் நடக்கும் போது குட்டி நாயின் வால் போல அது தனியே குலுங்கும். செஃப்பின் குள்ளமான குத்தி உடம்பில் எப்போதும் உற்சாகம் இருக்கும். காலையில் இருக்கும் சுறுசுறுப்புடனே வேலை முடியும் போதும் இருப்பார். செஃப் கால்கள், கைகள் உடைய பெரிய எறும்பு என்பது தங்கராசுவின் நினைப்பு. இரவுகளில் அரிதாகவரும் தங்கராசுவின் கனவுகளிலும் செஃப் இராட்சத எறும்பாகவே வந்தார். வெள்ளை முசுறு எறும்பாக.

தங்கராசுவிற்கு ஒருநாள் இரவு வேலை, மிகுதி நான்கு நாட்களும் செஃப் கூடவே பகல் வேலை. ஒன்பது மணி நேரம் செஃப்புடன் குப்பை கொட்ட வேண்டும். செஃப் கொட்டும் குப்பைகளை அள்ளவும் வேண்டும். செஃப்பின் உதட்டில் சிரிப்பை மருந்துக்கும் பார்க்க முடியாது. அடுப்பிற்கு அருகில் நின்றாலும், தான் ஏதோ அடுப்பின் மேல் நிற்பது போலக் கொதிப்பார். அடுப்பில் சட்டியை வைத்து நீர் ஊற்றுவார். மெதுவாகக் குமிழிகள் விட்டபடி அது கொதிக்க தொடங்க செஃப்பும் கொதிக்கத் தொடங்கிவிடுவார். அதன் பின்னர் தங்கராசுவிற்கு ஒரே ஓட்டம் தான். தினமும் கொலைக் களத்தில்

இருப்பது போலிருக்கும். சட்டி - பானை, மர அகப்பைகளுடன் மட்டுமல்ல செஃப்புடனும் தினமும் மல்லுக்கட்ட வேண்டும்.

செஃப் நளனின் தம்பி போல அடுப்பில் சட்டிகளை வைத்து ஓய்வில்லாமல் சமையல் செய்தபடி இருப்பார். அவருடைய கை பாம்பின் நெளிவில், நளினமாகத் தூளையும் உப்பையும் இலை-குழைகளையும் பிய்த்தும் முறுக்கியும் சட்டியினுள் இட்டபடி இருக்கும். வறுத்த மல்லியின் வாசனை குசினி முழுவதும் நிரம்பியிருக்கும். உறைப்பான யாழ்ப்பாணத்தூள் வாங்கி வைத்திருக்கிறார். தூளைப் பிடித்த அளவிற்குக் கூட, தமிழர்கள் ஒருவரையும் அவருக்குப் பிடிக்காது. அதிலும் தங்கராசு என்றால் துளியும் பிடிக்காது. தங்கராசுவிற்கு மூளை இருக்கிறதென வைத்தியர் வந்து சொன்னால் கூட தான் நம்பவே மாட்டேன் என்பார் செஃப். அது போலவே தான் தங்கராசு செய்யும் வேலைகளும் இருக்கும். தங்கராசுவிடம் கேட்டால் செஃப்பின் கரகரத்த பிரஞ்சு உச்சரிப்பைச் சரியாகக் கிரகிக்க முடியவில்லை என்பார் அல்லது நாற்பது வயதுவரை மண்வெட்டி மட்டுமே பிடித்த கை என்பார். தங்கராசு ஆவேசமாகக் கோப்பைகள் கழுவிக் கொண்டிருக்கும் போது ‘இங்கே ஓடி வா த்தொங்கு மிக மிக அவசரம்’ என்று கூவி அழைப்பார் செஃப். தங்கராசு கழுவிக் கொண்டிருந்த கோப்பையை தொட்டிக்குள் வீசி விட்டு அவசரமாக அவரிடம் ஓடிச் செல்வார். செஃப் உதடுகளை குவித்து நாக்கை நீட்டியபடி தன் அலைபேசியின் திரையை தங்கராசுவிடம் காட்டுவார். ‘இந்தச் சின்னப் பெண்ணிற்கு எவ்வளவு பெரிய கறுப்பு முலைகள் நல்ல பெரிய முலாம் பழங்கள் போல’ தங்கராசு திகைத்து அப்படியே விக்கித்து நின்றுவிடுவார்.

நேற்று மதியச் சாப்பாடு கொடுத்து முடிந்ததும் எல்லோரும் பரபரப்பானர்கள். தங்கராசுவிற்கு வேலை ஓடவில்லை. ஒடுக்கமான மரப்படிகளில் கவனமாக இறங்கி நிலவறைக்குள் சென்ற போது டக்மாரா பல்லுத் துலக்கிக் கொண்டிருந்தாள். மதியச் சாப்பாடு முடிந்ததும் அவள் தவறாமல் செய்யும் காரியம். சாப்பாடு பரிமாறுவதற்கு மணப்பெண் தயாராகுவது போல அலங்காரம் செய்வாள். மஞ்சள் வெளிச்சத்தில் அவளின் செம்பட்டை முடிகள் தங்கக்கம்பிகள் போல மினுங்கின. கன்னத்துப் பூனை உரோமங்கள் சந்திராவை நினைப்பூட்டியது.

தங்கராசுவைப் பார்த்ததும் உற்சாகமாக இரண்டாவது முறையாகவும் வணக்கம் சொன்னாள். உதடுகளில் பற்பசையின் வெள்ளை நுரை வழிந்தது. கண்களில் சந்தோசம் தெரிந்தது. தங்கராசுவிற்கு ஆச்சரியமாக இருந்தது. எப்போதும் முகத்தைத் தொங்கப் போட்டபடி சோகையாகவே பல்லுத் துலக்குவாள். அந்தச் சோகத்திற்கும் காரணமிருக்கும். எப்படியும், குறைந்தது இரண்டு உணவுகளையாவது தவறாக அடித்து விடுவாள். அனுப்பும் பொத்தனை அழுத்திய பிறகுதான் தவறாக அடித்தது அவளுக்கு நினைவில் வரும். அனுப்பிய பரபரப்புடன் அதை மாற்றச் சமையலறைக்கு ஓடிவருவாள். அதற்குள் செஃப் கோப்பைகளை எடுத்து வைத்து சிவப்புத்தூள் தூவி அவளுடைய உணவை அனுப்பத் தயாராக இருப்பார். யார் பிழை செய்தாலும் மெல்லிய சிரிப்புடன் உதடுகளை குவித்து நாக்கை நீட்டிக் கடந்துவிடும் செஃப் டக்மாரா பிழையை அனுமதிக்க மாட்டார். நான்கு வசைகளும் அய்ந்தாறு குத்தல் கதைகளும் சொல்லித்தான் உணவை மாற்றிக் கொடுப்பார். அதுவரை அவள் சாப்பாடு அனுப்பும் சிறிய சதுர இடைவெளி ஊடாக தலையை நீட்டிக் கெஞ்சிக் கொண்டிருக்க வேண்டும். அவளின் கழுத்து நீண்டதன் ரகசியமும் அதுதான்.

'என்ன இவ்வளவு சந்தோசம்?' எனக் கேட்டார் தங்கராசு.

'ஒரு மாதம் ஊரில் அம்மாவின் அருகில் இருக்க முடியும் அவருக்கு கண்களும் பழுதாகிவிட்டது, கடந்த வருடம் போயிருந்தபோது வீட்டினுள் எருமை மாடு நுழைந்துவிட்டதாக நினைத்து என்னைச் சிறு குச்சி கொண்டு விரட்டினார், சிறிது நேரம் கழித்துத்தான் என்னை அடயாளம் கண்டு கொண்டார், அவரை அணைத்தபோது அவர் கண்களில் இருந்து ஒரு துளி கண்ணீர் உருண்டு விழுந்தது' என்றபடி டக்மாரா அவர் அருகில் வந்து கன்னத்தில் உற்சாகமாக முத்தமிட்டாள். வெள்ளைப் பற்பசை தங்கராசு கன்னத்திலும் வழிந்தது. அவர் புன்னகைத்தார்.

'அம்மாவை உன்னுடன் இங்கே வைத்திருக்க வேண்டியது தானே'

'எங்கள் பூர்வீகம் உக்கிரேன், போலந்து எல்லையில் இருக்கும் சிறு கிராமம். வீட்டின் அருகிலே கொழுத்த மீன்கள் பிடிக்க

முடிந்த சிறு ஏரியும், எருமைப் பண்ணைகளும் உண்டு. அம்மாவிடம் இங்கு வரச் சொல்லிக் கேட்டால் செத்த மீன்கள் தான் வெள்ளத்தோடு போகும் என்கிறார்' என்றாள்.

கன்னத்தில் வழிந்த பற்பசை நுரையை அழுத்தமாகத் துடைத்துவிட்டு மேலே வந்தார் தங்கராசு. அவர் மனம் கனத்து இருந்தது. வெள்ளை மார்பிள் கோப்பைகளைப் பொலித்தீன் தாளினால் இறுக்கமாகச் சுற்றி ஒழுங்காக அடுக்கினார். எஞ்சியிருந்த இறைச்சித் துண்டுகளை ஆழ்குளிரில் அடுக்க உதவி செய்தார். செஃப்பும், பெஞ்சமாவும் அவசரப்படுத்தினார்கள். விட்டால் இப்படியே நேராகச் சென்று விடுமுறைக்கான விமானத்தினைப் பிடித்துவிடுவார்கள் போலிருந்தது. செஃப் கண்கள் ஒளிர 'முப்பது நாட்கள் முட்டாள் 'தங்கு'விடமிருந்து விடுதலை' என்று கையை உயர்த்திக் கண்ணடித்தார். தங்கராசு இந்த முப்பது நாட்களும் தனக்கு நரகமாய் இருக்குமென நினைத்துக் கொண்டார்.

இன்னும் அய்ந்து வருடம் காத்திருந்தால் ஃபிரான்ஸ் வந்து பத்து ஆண்டுகள் முடிந்துவிடும். தொழில்முறை விசாவிற்கு விண்ணப்பம் செய்யலாம். அது கிடைத்தால் அடுத்த வருசமே ஊருக்கும் சென்று வரலாம். சின்னவளுக்குப் பத்தும், பெரியவளுக்குப் பதினெட்டும் முடிந்திருக்கும். சின்னவள் பிறந்திருந்த போதுதான் தங்கராசுவைத் தேடி இராணுவம் வந்தது. இராணுவம் ஒரு முறை வீடு தேடிவந்தல் பின் நீ நாட்டிலேயே இருக்காமல் ஓடித் தப்பிவிட வேண்டும் இல்லையென்றால் கொழும்பில் கைக்குண்டு வெடித்தாலும் நேராக உன் வீட்டிற்கே இராணுவம் வருவார்கள் என்பார்கள் ஊரார். 'நிச்சயமாக இது ஆவரங்கால் தங்கராசுவின் வேலையாகத்தான் இருக்கும் பிடியுங்கள் அவனை' என இரணுவத் தளபதி கொழும்பிலிருந்து கட்டளை இடுவார் என்றான் சிவராசா. மகள் பிறந்து இரண்டு வாரங்களில், சரியாக அவருடைய அம்மாவை இராணுவப் பாஸ் இல்லாமல் ஊரடங்கு இரவில் ஆஸ்பத்திரி அழைத்துச் சென்ற மூன்றாம் நாள் இராணுவம் அவரைத் தேடி வந்தது.

சின்னவளின் சிவந்த பிஞ்சுக் கால்களைப் பார்த்தும் அவருடைய அம்மா பாக்கியத்தின் நினைப்பே அவருக்கு வந்தது. தன்னுடைய அம்மாவின் முகச்சாயல் சின்னவளில் படிந்திருந்ததில் பூரித்துப்போனார். அவருடைய அம்மா

பேத்தி பிறந்ததும் சுடுநீர் வைத்து குளிப்பாட்டுவது, வீட்டைச் சுத்தம் செய்வது, சந்திராவிற்குப் பத்தியச் சாப்பாடு சமைப்பது என அனைத்தையும் தனி ஆளாகச் செய்து கொண்டிருந்தார். பின்னிரவில் அரவம் கேட்டு தங்கராசு எழும்பியபோது பாக்கியம் கதவு நிலையில் சாய்ந்து, நெஞ்சை பிடித்தபடி செம்பில் நீர் குடித்துக் கொண்டிருந்தார். பாம்பின் சீறல் போல மூச்சு ஏறி இறங்கியது. செம்பு நழுவி விழுந்த சத்தத்தில் சின்ன மகளுடன் படுத்திருந்த சந்திராவும் எழும்பிவிட்டாள். லாம்பைத் தூண்டி வெளிச்சத்தில் பாக்கியத்தைப் பார்த்தார். மூச்சொலி சீராகி இறுகியது. அவர் மூச்சுவிடச் சிரமப்பட்டார். ஆஸ்பத்திரிக்கு அழைத்துச் செல்வதுதான் அவர்களுக்குச் சரியாகத் தெரிந்தது.

லாம்பு வெளிச்சத்தில் கிரவல் வீதியைக் கடந்தபோது நாய்களின் குரைப்பு குறைந்து தூரமாகியது. பாக்கியத்துடன் சைக்கிளை மெதுவாக வயல் வரம்பில் இறக்கினார். அது, ஒரு குலுக்குக் குலுக்கி வரம்பின் வளைவுகளில் இறங்கியது. பாக்கியம் இன்னும் மூச்சு விடச் சிரமப்பட்டார். அவளின் வெப்ப மூச்சு வயல் காற்றில் பனிப்படலமாய் கரைந்தது. தங்கராசு வரம்பின் நெளிவு சுளிவுகளில் வளைத்து சைக்கிளை ஓட்டினார். வேகம் குறையும் போதெல்லாம் சைக்கிள் உலாஞ்சியது. காலை அகட்டிச் சமநிலைப் படுத்தினார்.

பிரதான வீதியால் போனால் நான்கு சந்திகளில் இராணுவத்திற்குப் பதில் சொல்ல வேண்டும். சந்தி வேலிகளின் இருள் மறைவுகளில் இருந்து ஓடிவந்து மறிப்பார்கள். வயல் வரம்பினால் சென்றால் மீனாட்சி அம்மன் கோயில் மிதப்பில் மட்டும் பதில் சொன்னால் போதும். அதில் எப்போதும் நிற்கவும் மாட்டார்கள். அதுவரை லாம்பு வெளிச்சத்தைப் பார்த்து வீதியிலிருந்து யாரும் சுடாமல் இருக்க வேண்டும். மரவள்ளிச் செடிகளும், பயிற்றைக் கொடிகளும் அடர்ந்து வளர்ந்து இருக்கும் தோட்ட வரம்பில் செல்லும் இலாம்பு வெளிச்சம் பிரதான வீதியில் மின்மினிப் பூச்சியின் அசைவாகவே தெரியும். காவலுக்கு நிற்பவர்கள் மின்மினி பூச்சிகளுக்கும் துப்பாக்கிகளால் மட்டுமே பதில் சொல்லி பழக்கமானவர்கள்.

அருகில் இருக்கும் ஆஸ்பத்திரி, ஊரடங்கு இரவில் இன்னும் தூரமாகத் தெரிந்தது. தங்கராசு ஆஸ்பத்திரிக்குச் சென்றபோது

ஆஸ்பத்திரியில் சிறிய பரபரப்பு இருந்தது. நோயாளிகள் காத்திருக்கும் வாங்கில் பெண்ணை வளர்த்தியிருந்தார்கள். அவளின் வயிறு சீராக ஏறி இறங்கியபடி இருந்தது. ஊரடங்கு இரவில் ஓடலிசாமி இரவு வைத்தியராக ஞானஸ்நானம் பெற்றிருந்தார். அவரது கை வைத்தியத்தில் அந்தப்பெண்ணின் வாயிலிருந்து நுரை வழிந்தது. வாசலில் தோள் துண்டால் வாயைப் பொத்தி அழுது கொண்டிருந்தவரின் முகம் தங்கராசுவைப் பார்த்ததும் பிரகாசமானது. 'அய்யா இரண்டாவது ஆளும் வந்துவிட்டது மகளை பெரியாஸ்பத்திரிக்கு ஏற்றுங்கோ' என இரைந்து அழுதார். ஆஸ்பத்திரியில் இருந்தது ஒரே நேரத்தில் இருவர் செல்லக்கூடிய அம்புலன்ஸ். ஓடலி சாமிக்குத் தெரிந்தது எல்லாம் இரண்டு நோயாளிகள் இல்லாமல் அம்புலன்சை இஞ்சும் நகர்த்தக்கூடாது. ஊரடங்கு இரவில் அம்புலன்சை சிக்கனமாகப் பயன்படுத்தும் ஏற்பாடு. அதில் அவர் ஒருபோதும் தவறியது இல்லை. பாக்கியத்தையும் அந்தப் பெண்ணையும் ஏற்றிய அம்புலன்ஸின் சத்தம் மறைய முன்னரே தங்கராசு வீடு வந்துவிட்டார். எப்படியும் இரண்டு மூன்று சந்திகளில் மறித்துச் சோதனை செய்திருப்பார்கள் என்று நினைத்துக் கொண்டார்.

பாக்கியம் பெரியாஸ்பத்திரி சென்ற மூன்றாம் நாள் இராணுவம் அவரின் வீட்டுக்கு வந்தது. நிலாவரைத் தோட்டத்து வெங்காயத்திற்கு நீர் இறைத்துக் கொண்டிருக்கும்போது சிவராசா வியர்க்க விறுவிறுக்க ஓடிவந்தார். 'உன் வீட்டுக்கு ஆமி வந்திருக்கு ஆனால் அவர்கள் ஏதோ ரஞ்சன் என்று விசாரித்துக் கொண்டு இருக்கிறார்கள்' என்று ஒற்றைக்காலில் நின்று கத்தினான். அவனுடைய குரலில் சந்தோசம் மிகுந்திருந்ததா இல்லை சோகம் அப்பியிருந்ததா என்று தெரியவில்லை. ஆனால் அவர் ரஞ்சன் என்ற பெயரைக் கேட்டதும் விக்கித்து அப்படியே நின்றுவிட்டார். பாத்தி உடைத்து நீர் மேவிப் பாய்ந்தது. அந்தப் பெயரை யாரும் அறியாமல் ஆழமே காண முடியாத நிலாவரைக் கிணற்றின் ஆழத்துள் புதைத்து வைத்துவிட்டதாக நினைத்திருந்தார். அதை ஒருவராலும் அறிந்து கொள்ளவே முடியாது என்று நினைத்திருந்தார். வெள்ளைத் துரைமார் நீளமான இரும்புச்சங்கிலிகள் கொண்டு வருடக்கணக்காக முயற்சித்தும் நிலாவரைக் கிணற்றின் ஆழத்தை அவர்களால் அறிய முடியவில்லை என்பார்கள். அதன் ஆழத்தில் ஒளித்து வைத்திருந்த பெயரை ராணுவம் தேடி எடுத்துக் கொண்டு

வந்திருக்கிறது. தங்கராசு தாடையைத் தடவியபடி ஒரு நிமிடம் யோசித்தார். சிவராசாவிடம் மண்வெட்டியைக் கொடுத்துவிட்டு உழவாரத்தை எடுத்து இடுப்பில் சொருகியபடி வீட்டிற்குச் சென்றார்.

வீட்டு முன் வேலி, ஒழுங்கையில் சரிந்து இருந்தது. முற்றத்து குரோட்டன்கள் மீது சூடடித்ததுபோல இராணுவத்தின் 'பீல்ட் பைக்' ஓடி இருந்தது. வளையில் கட்டியிருந்த சின்ன மகளின் ஏணை வீதியில் இருந்தது. தன்னுடைய அம்மாவின் சேலையில் கட்டி இருந்த ஏணையைப் பார்த்ததும் உழவாரத்தைத் தூக்கி எறிந்துவிட்டு, சந்திராவைக் கட்டி அணைத்தார். அவளுடைய முகம் பயத்தில் வெளிறி இருந்தது, கண்களில் அச்சம் தெரிந்தது. அவருடைய கண்களில் நீர் தளும்பியது, உதடுகள் மெல்ல நடுங்கின. சின்ன மகள் சிவந்த மெல்லிய கால்களால் அவருடைய நெஞ்சில் உதைத்தாள். அது தான் மகளின் கால் அவரைத் தீண்டிய கடைசி நொடி. சாரத்தை மடித்துக்கட்டி, தனக்குப் பிடித்த நீலச் சேட்டை அணிந்து கொண்டு வெளிக்கிட்டார். பின் ஏதோ யோசித்தவராக அட்டாளையுள் சீந்தாமல் துருப்பிடித்திருந்த தெருவலை மண்வெட்டியைத் தோளில் போட்டபடி வீட்டை விட்டுக் கிளம்பினார். நிலாவரைத் தோட்டத்தை நோக்கி வரம்பில் நடந்தார். சிவராசா, கடைசிக்கு முதல் பாத்திக்குத் தண்ணிகட்டிக் கொண்டிருந்தார். நிலாவரைக் கிணற்றின் குளிர்ந்த நீரில் முகம், கால் கழுவினார். ஒரு மிடறு தண்ணீரைக் கைகளால் அள்ளிப் பருகினார். நல்ல குளிர்மையாக இருந்தது நீர். வேலியில் சாத்தி இருந்த சைக்கிளை எடுத்துக் கொண்டு சுன்னாகத்தில் இருக்கும் பெரியப்பா வீட்டிற்குச் சென்றார்.

கொழும்பு செல்ல பாஸ் எடுக்கக் காத்திருந்த ஊட்டில் சந்திரா மட்டும் ஒருமுறை வந்து தங்கராசுவைப் பார்த்துப் போனாள். அவளின் மெலிந்த விரல்களை நீண்டநேரம் பிடித்திருந்தார். அவளின் கண்களைச் சுற்றி அச்சம் கருவளையங்களாக படிந்திருந்தது. அச்சத்துடன் அடிக்கடி வீட்டு வாசலையே பார்த்தபடி இருந்தாள். அவள் குரல் ஒடுங்கியிருந்தது. வீதியால் செல்லும் மோட்டார் வண்டிகள் வீட்டுவாசலை கடக்கும் போது இன்னும் அதிகப் படபடப்பாக இருந்தாள். சின்ன மகள் கால்களையும், கைகளையும் அடித்து, விரல் சப்பிச் சிரிக்கும்

நொடியை, பெரியவளது நீளக் கண்களையும் நினைத்துப் பார்த்தார். மெல்லிய பனிப்படலம் போல எல்லாம் கரைந்து போயின.

பனி பொழியும் நாளில் ஃபிரான்ஸ் வந்து இறங்கிய பின்னர் விசா கிடைத்தால் ஒரு வருடத்துள், சந்திராவையும், பிள்ளைகளையும் இங்கே அழைத்துக் கொள்ளலாம் என்று நினைத்திருந்தார். புதிய பனிப்பொழிவைக் கைகளால் அளைந்தபடி விசாவிற்குக் காத்திருந்தார். அதற்கு முன்னர் ஏதாவது வேலைக்குப் போக வேண்டியிருந்தது. நான்கு நாட்கள் பாரிஸ் உணவகங்களாக ஏறி இறங்கியதில் வேலை கிடைத்தது. வந்து ஒரு கிழமையில் வேலை கிடைத்தது, எல்லோருக்கும் அதிசயமாக இருந்தது. சுன்னாகம் பெரியப்பா தன்னுடைய நீண்ட மீசையைத் தடவியபடி அவனின் திறமை அது என்றார். தங்கராசு எல்லாம் மகள் வந்த நேரம் எனச் சொல்லிக் கொண்டார். உடல் உரோமம் உதிர முன்னம் எடுத்த புகைப்படத்துள் அடங்கியிருந்த மகளப் பார்க்கும்போது விரைவிலேயே அவர்களை ஃபிரான்ஸ் அழைத்துக் கொள்ள விரும்பினார். அதற்கு முன்னர் ஃபிரான்ஸ் வர வேண்டியதற்காக ஈடு வைத்த காணியை மீட்க வேண்டும். அதற்கு வேலையில் முதலாளியைக் குளிர்விக்க வேண்டிக் கடுமையாக உழைத்தார்.

அது மிகச் சிறிய சீனச் சூப் கடை. அவர்களின் அளவிற்கு அளந்து செய்திருந்தார்கள். தங்கராசு போல திடகாத்திரமானவர் ஒருவர் நிற்க இட்டு முட்டாக இருக்கும். வட்ட முகமும் கீறல் கண்களுமுள்ள யாரைப் பார்த்தாலும் சீனாக்காரன் என நம்புவது தங்கராசுவின் சுபாவம். அப்படித்தான் அவர் சூப்கடை முதலாளியையும் நினைத்தார். முதலாளிக்கு கருணைக்கிழங்கின் தடித்த தோல் போல இருந்த முகம் மட்டும் சற்று வித்தியாசமாகத் தெரிந்தது. ‘முதல் கிண்ணம் சூப்பும், முதல் பெண்ணும் எப்போதும் ருசியானவர்கள் மறக்க முடியாது’ என்பார் முதலாளி. அவருக்கே சூப்பின் முதல் கரண்டியை எப்போதும் தங்கராசு கொடுத்தார்.

சில நாட்களின் பின்னர் முதலாளி ஒரு வியட்நாமியன் எனத் தெரிய வந்தபோது வாயடைத்துப்போனார். பின்னர் ஒவ்வொரு நாளும் காலையும், மாலையும் அவருக்குக் கை கொடுக்கும் போது முதலாளியின் கைகளை இன்னும் அழுத்தமாகக்

குலுக்குவார். ஏகாதிபத்தியத்தை எதிர்த்த கரங்களை அழுத்தமாகக் குலுக்குவதில் மிகுந்த பிரியம் அவருக்கு. போதையில் இருக்கும்போது அந்தக் கரங்களை குலுக்கக் கிடைத்திருந்தால் நிச்சயமாக முத்தமிட்டிருப்பார். வேலை நேரத்தில் மது வாசனையை முகர்ந்தும் பார்ப்பதில்லை தங்கராசு. வியட்நாமிய முதலாளிக்குத் துரோகியின் முத்தம் கிடைப்பதில் அம்மாளாச்சிக்கு விருப்பமில்லை என நினைத்துக் கொள்வார். அவரைப்பொறுத்த வரையில் ஊரைவிட்டு வந்தவர்கள் எல்லோரும் துரோகிகள், கோழைகள். தானும் இப்படிப் பயந்து கோழையாக ஓடிவருவேன் என்று அவர் ஒருபோதும் நினைத்ததில்லை. நினைத்திருந்தால் ஓடிச் செல்பவர்களை கோழைகள், துரோகிகள் என நினைத்திருக்கமாட்டார்.

சூப் கடையை ஏழு நாட்களும் திறப்பார்கள். முதலாளியும் அவரும் மட்டும்தான் வேலை. பகலில் வழிதவறி யாராவது வந்தால்தான் உண்டு. ஆனால் அப்படி வருபவர் திரும்பவும் வருவார் என்பது முதலாளியின் நம்பிக்கை. அவ்வளவு ருசியாக இருக்கும் சூப். இரவில் சொற்ப சனம் நிறையும். விடுமுறை எப்போதாவது அருமையாகத்தான் கிடைக்கும். தங்கராசுவும் விடுமுறையை விரும்பவில்லை. வேலைசெய்யும் ஒவ்வொரு மணிக்கும் அளந்து அளவாக முதலாளி சம்பளம் கொடுத்ததில் இனி சூப்கடைதான் கதியென்று இருந்தார்.

ஆனால், அங்கிருந்தும் அவர் ஓடிஒளிய வேண்டி இருந்தது. மீன்களை மெல்லிய கத்தியால் வருடி சிறுசிறு துண்டுகளாக அறுத்து மீன் சூப் சமைக்கத் தயாரானார். நீளமான வாய் ஒடுங்கிய பாத்திரத்தில் நீர்விட்டு அது கொதிக்கும் நொடியில் மீன் துண்டுகளைக் கவனமாக இடவேண்டும். வந்த சில நாட்களிலே அந்த சூப் செய்யக் கற்றுக் கொண்டுவிட்டார். நீர் கொதிக்கக் காத்திருந்தார். வாசலில் சத்தம் கேட்டது. வெளியில் வந்து எட்டிப் பார்த்தார். முதலாளியை இன்னும் காணவில்லை. மதியத்தின் பின்னரே சனம் வரத்தொடங்கும் கடையில் நான்கு பேர் நேர்த்தியான உடையில் வந்திருந்தனர். மேசைகளைத் துடைத்து சுத்தம் செய்யும் முதியவரிடம் ஏதோ கேட்டார்கள். வாரத்தில் ஒரு நாள் மட்டும் சுத்தம் செய்யவரும் முதியவர். அவர் புரியவில்லை என்று சொன்னது தங்கராசுவிற்கு விளங்கியது. சரளமாக பிரஞ்சு பேசும் முதியவரின் நாக்கு நொடியில் தடித்துப்

போனதில் தங்கராசு விக்கித்து நின்றார். மெதுவாக இடுப்பில் கட்டியிருந்த சிவப்புத் துணியைக் கழட்டி, கைகளை அழுந்தித் துடைத்துவிட்டு, அதை மேசையின் ஓரமாக வைத்துவிட்டு, பின் கதவால் பாய்ந்து ஓடினார். நான்கு மெத்ரோ நிறுத்தங்களைக் கடந்த பின்னர் தான் திரும்பிப்பார்த்தார். யாரும் தன்னைத் துரத்திவரவில்லை எனத் தெரிந்ததும் நின்று நிதானித்தார். முழங்காலில் கைகளை வைத்துக் குனிந்து ஆழ்ந்து காற்றைச் சுவாசித்தார். உணவகத்தின் சிதம்பிய இரும்புச் சப்பாத்தும், அழுக்கேறிய நீலக் கோடுகள் போட்ட காற்சட்டையும் சமையல் வாசனையுடனும் இருந்தார். தூய ஆடைகளில் பிதுங்கி வழியும் சனத்திரளில் இரும்புச் சப்பாத்து பெரிதாகச் சத்தம் எழுப்ப, குதிரையின் கம்பீரத்தில் நடந்தார். அவசரமாக நகரும் சனத்திரளுள் அவர் மட்டும் தேர்ந்த தொழிலாளியின் சாயலில் இருந்தார். பின்னர் சூப் கடைப்பக்கம் போக விரும்பவில்லை. கோழையாகப் பயந்து ஓடி வந்தபின் வியட்நாமிய முதலாளியை எதிர்கொள்ள விரும்பவில்லை. வேலை செய்த நாட்களின் காசை வாங்கவும் செல்லவில்லை. இருபது வேலை நாட்களை முதலாளிக்கு இனாமாகக் கொடுத்ததாக நினைத்துக் கொண்டார்.

வேலை இல்லாமல் வீட்டில் படுத்திருந்த நாட்களில்தான் விடுமுறையை வெறுக்கத் தொடங்கினார். நிலவறையில் சரிக்கட்டிய வீட்டில் மாதம் இருநூற்றி அய்ம்பது ஈரோ கொடுத்துத் தங்கியிருந்தார். வைன் போத்தல்கள் அடுக்கும் சிறிய ‘காவ்’. அதனைக் கீழே மூன்றடிகள் தோண்டிப் பலகை அடித்து வீடாக மாற்றியிருந்தார்கள். சந்திரா வரும்வரைக்கும் தங்கிக் கொள்ள முற்பணம் கொடுத்தார். நிலவறை எப்போதும் குளிர்ந்திருந்தது. அந்தக் குளிர்மையை வீட்டுக்கிணற்றில் இறங்கும் நாட்களில் உணர்ந்திருக்கிறார். பாசி வாசனை மிகுந்த குளிர்மை. ஒரு கட்டிலும் ஒரு கதிரையும் வைக்கத் தாராளமாக இடம் இருந்தது. அவையே அவருக்கும் போதுமானதாக இருந்தன. நிலவறையுள் அவருக்கு ஒன்றே ஒன்றைத்தான் சகிக்க முடியாமல் இருந்தது. அவரின் தலைமாட்டின் அருகில்தான் வீட்டின் கழிவுநீர்க் குழாய் இருந்தது. இரவில் மேல்வீட்டில் யாரும் மூத்திரம் பெய்தாலும் மூத்திரம் தங்கராசாவின் தலையினுள்ளாகவே ஓடும். தொப் தொப் என மல நீர் சலசலத்துப் பாயும். இரவில் அடிக்கடி மூத்திரம் பெய்யும் வீடு. அந்தச் சலசலக்கும் சத்தத்தை அவரால் ஒருபோதும் சகித்துக்

கொள்ளவே முடிவதில்லை. மண்டைக்குள் யாரோ மலம் கழிப்பது போலிருக்கும். பியர் குடித்த ஓர் இரவில் அந்தச் சத்தத்திலிருந்து அவருக்குக் கொஞ்சம் விடுதலை கிடைத்தது.

அவருடைய அகதிக் கோரிக்கையை அரசாங்கம் நிராகரித்த இரவு பியர் குடித்தார். கறுத்த பொலித்தீன் தாளில் சுற்றி மூன்று பியர் ரின்களை வாங்கி வந்தார். உப்பும், மிளகுத்தூளும் தூவி முட்டைப்பொரியல் செய்தார். பாதி பொரிந்ததும் பதமாக இறக்கினார். முட்டைப் பொரியலையும், பியரையும் தரையில் பத்திரிகையை விரித்து அதன் மேல் பரப்பி வைத்தார். முட்டையைப் பிய்த்துச் சாப்பிட்டபடி பியர் குடித்தார். இரண்டாவது பியரைத் தனது வயிறைத் தடவியபடி குடித்தார். மூன்றாவதைத் திறக்கவில்லை அப்படியே தரையில் சரிந்து விழுந்தார். தவளை ஒருக்களித்துப் படுப்பது போல நிலத்தில் சரிந்து படுத்தார். பின்னிரவு தாண்டி சின்னச் சின்ன ஆசை பாடலின் இசை அவரின் மண்டைக்குள் கேட்டது. சலசலத்து ஓடும் மூத்திரத்தின் ஓசை சுத்தமாகக் கேட்கவில்லை.

காலையில் எழும்பிய போது அறை பிரகாசமாகத் தெரிந்தது. இரவின் கசடுகள் நீங்கி நேற்றுத்தான் ஃபிரான்ஸ் வந்தது போல விடிந்திருந்தது. லேசாகத் தலை வலித்தது. அடுத்த அரைமணி நேரத்தில் உணவகத்தில் இருந்தார். சந்திராவையும், பிள்ளைகளையும் முகவர் மூலம் பிரான்ஸ் அழைக்கச் சொல்லிப் பலர் ஆலோசனை கூறியும் அவர் மறுத்துவிட்டார். தன்னைப் போல அவர்களும் பயந்து, பயந்து விமானமேறி வருவதில் அவருக்கு விருப்பமில்லை. வந்தால் முறையாகத் தானே விமானநிலையம் சென்று அவர்களை அழைத்து வரவேண்டும் என்றார்.

யேர்மனியிலிருக்கும் சந்திராவின் அண்ணன் பலமுறை கேட்டும் அவர் யேர்மனிக்குச் சென்றுவர மறுத்துவிட்டார். யேர்மன் - ஃபிரான்ஸ் எல்லையில் சோதனைக் கெடுபிடிகளில்லை. அவருக்குப் பிரஞ்சுச் சட்டத்தை மீறி எல்லை கடந்து போவதில் விருப்பமில்லை. சந்திராவின் அண்ணன் மகனின் பிறந்ததினம், பெரிதாக யேர்மன் றொஸ்றொக்கில் உல்லாசக்கப்பல் ஒன்றை வாடகைக்கு எடுத்துக் கொண்டாடினார்கள். சந்திராவின் அண்ணனுடன் வெளிநாடு வருவதற்கு இடையில் மலேசியாவில் ஒன்றாகத் தங்கி இருந்தவர்கள் என்ற உரிமையில் எல்லாம் பலர்

ஃபிரான்சிலிருந்தும் கூட பிறந்ததின விழாவிற்கு யேர்மன் சென்றார்கள். தங்கராசு போகவில்லை. சந்திரா எவ்வளவோ சொல்லியும் அவர் இஞ்சும் நகரவில்லை. பிறந்ததினம் அன்று உணவகத்தில் மீன்களைத் துண்டுகளாக அறுத்துக் கொண்டிருந்தார். முதலாளியின் கரங்களை அழுத்தமாகக் குலுக்கினார். அவர் செய்யும் விதிமீறல் இன்னொருவனின் விசாவில் களவாக வேலை செய்வது ஒன்றுதான்.

நாள் முழுவதும் உணவகத்தின் வாங்கில் அமர்ந்திருந்தார். விடுமுறை முடிந்து நாளை வேலை தொடங்க இருக்கிறது. முப்பது பகல்கள் முப்பது இரவுகள் கடந்து விட்டிருந்தன. இருட்டிய பின் உற்கமாக வீடு வந்தார். கையோடு வாங்கிவந்த கொத்துரொட்டிப் பொதியைப் பிரித்து, கொஞ்சம் அள்ளி வாயில் போட்டார். மிகுதியைச் சுற்றி மேசையில் வைத்தார். சாரத்தினை மாற்றிப் படுக்கும்போது மண்டைக்குள் மூத்திர நீர் சலசலத்து ஓடியது. வேலைக்குச் செல்ல இருக்கும் உற்சாகம் வடிந்தது அவரின் உதடுகள் நடுங்கின. உடனே பியர் அருந்த வேண்டும் போலிருந்தது. ஒரேஒரு பியர் மாத்திரம் இருந்தது. அதை எடுத்தபோது அது கை வழுக்கி விழுந்து உருண்டு கட்டிலின் கீழ் சென்றது. கட்டிலை மெல்ல நகர்த்தி அதன் கீழ் கைகளால் துழாவித் தேடினார். அழுகல் வாசனை முகத்தில் அறைந்தது. பருத்த உடலை வளைத்து உள்ளே நுழைந்தார். நீர்ப்பாசியின் வாசனை வந்தது. நீர்க்கசிவு தெரிந்தது. கால் இடறி எங்கோ ஆழத்தில் விழுந்தார். மிதந்தபோது பெரிய கிணற்றினுள் இருந்தார். தெளிந்த நீர் நிறைந்த சதுரக்கிணறு. நிலமட்டத்திலிருந்து சில அடிகளில் நீரிருந்தது. அதன் படிகளில் ஏறி மேலே வந்தபோது அந்தக் கிணற்றை அடையாளம் கண்டு கொண்டார். அது யாராலும் ஆழமே காணமுடியாத நிலாவரைக் கிணறு. அவருடைய வெங்காயத் தோட்டத்தைத் தேடினார் கடைசிப் பாத்திக்கு சிவராசா நீர் இறைத்துக் கொண்டிருந்தார்.

● தை 2016

பித்தளைத் தீர்வுகள்

01

சமாதானத்தின் தூதுவர்கள் 22.02.2002

அதுவொரு வெள்ளிக்கிழமையின் உலர்ந்த மதியம். ஊரார் சமாதானத்தின் மகிழ்ச்சி மிதக்கும் கண்களுடன் தார்வீதி எங்கும் அலைந்து திரிந்தபடி இருந்தனர். வீதியின் குறுக்காக இருந்த பழைய கல்மதகுக் கட்டில் அமர்ந்திருந்த சுடலையின் கண்கள் சமாதானத்தின் மகிழ்ச்சியை அச்சத்துடன் வேடிக்கை பார்த்தபடி இருந்தன. சாரத்தை ஒதுக்கி ஒரு பக்கமாகக் குந்தி இருந்த அவரது கண்களில் எஞ்சிய போதை மெல்லிய சிவப்புத் தணலாக ஒளிர்ந்தபடி இருந்தது. அவருடைய போதையில் கலங்கிய கண்களின் முன்னால் மகிழ்ச்சியில் மிதக்கும் முகங்கள் கலங்கியும், குழம்பியும், விகாரமாகவும் ஏன் அச்சமுடையனவாகவும் தெரிந்தன. அவர் “நாய்களின் வேண்டுதல் எலும்பு மழையைத்தான் கொண்டுவரும்” என்று உதட்டைச் சுழித்துச் சொல்லி விட்டு, ஆலமரத்தின் பக்கமாகப் பெரிதாகக் காறி உமிழ்ந்தார்.

நூறு ஆண்டுகளின் புழுதி படிந்த முச்சந்தி ஆலமரம். அதன் இளங்கிளைகள் வெட்டி வீதியில் வீழ்த்தப்பட்டிருந்தன. இறைந்து இருந்த பச்சைக் குழைகளின் மீது வாகனங்களின் கரிய சில்லுத்தடங்கள் நீண்டு சென்றபடியிருந்தன. பின்னொரு நாளில் எண் திசைகளிலும் சுழன்றடிக்கும் சூறைக் காற்றில் வேரோடு பாறி விழஇருந்த முதிய ஆலமரத்தில் தான் இரண்டு பனை உயரமான தலைவரின் வண்ணக் ‘கட்-அவுட்’ நிமிர்த்திக் கட்டப்பட்டிருந்தது. விளக்கிலிருந்து விரிந்து செல்லும் பூதம் போலிருந்த தலைவரின் உருவம் மழமழப்பான கன்னங்களும், அடர்ந்த மீசையுமுடைய உறுதியான கோடுகளால்

வரையப்பட்டிருந்தன. இடுப்பில் தொங்கிய அவருடைய கைத்துப்பாக்கியுள் உலர்ந்த சில குண்டுகளும், தண்டனைகளும் அடைக்கப்பட்டிருந்தன. தென்கோடியில் தனித்திருந்த சிங்களப் பெருநகரங்கள், சிறு கிராமங்கள் வரையும் தலைவரின் தலைக்கறுப்புத் தெரிந்தது. அவர் பவுண் சட்டமிட்ட கண்ணாடி அணிந்த தீர்க்கமான கண்களால் எல்லோரையும் கருணையோடு பார்த்துக் கொண்டிருந்தார். அவரின் கருணை மிகுந்த கண்களிலிருந்து எந்த இண்டு-இடுக்குகளும் தப்பிவிடமுடியாது என ஊரார் பெருமிதம் கொண்டிருந்தனர்.

அதுவரை காலமும் சுற்றிவரத் தென்னங்கிடுகுகளால் அடைக்கப்பட்டிருந்த, மேற்கூரை இல்லாத கழிப்பறைகளே ஊரில் இருந்தன. அவற்றின் உள்ளே தோண்டிய குழியின் மேல் குந்தி இருக்க வாகுவாகத் தென்னங்குற்றிகள் அடுக்கப்பட்டு இருந்தன. மலம் கழிப்பதற்கு வாகுவாய் தென்னங்குற்றியில் காற்பாதம் அளவு உட்குழிவுகள் தேர்ந்த தொழிலாளர்களினால் செதுக்கப்பட்டிருந்தன. தேங்கி நொதிக்கும் மலத்தின் துர்வாடை வீசும் கழிப்பறை மறைப்பினுள் செல்லும் அச்சத்தில் ஊரில் சிலர் நெடுநாட்கள் மலங்கழிக்காமல் இருக்கும் நுட்பம் கைவரப் பெற்றிருந்தனர். என்றாலும் இண்டு-இடுக்கும் கண் உள்ளவரான தலைவரின் தீர்க்கமான கண்கள் குறித்த பெருமிதம், அச்சமாய் ஊரைச் சூழ்ந்த பின்னர்தான் மேற்கூரை இல்லாத கழிப்பறைகளுக்கு மேற்கூரை வேயும் அவசியத்தை ஊரார் உணர்ந்து கொண்டனர்.

அந்த ஊர் அழுகிய பழங்களை நொதிக்க வைத்துக் காய்ச்சி வடிக்கப்படும் பழுப்பு நிறமான 'கசிப்பிற்கு' பிரபல்யமானது. அதனை வடித்து விற்கும் கைப்பக்குவம் மிகுந்தவரான, குண்டுக் கன்னங்களும், முழிக் கண்களுமுடைய பாண்டியன் ஊரில் இரண்டு விதங்களில் அறியப்பட்டிருந்தார்; ஒன்று, லெபனானில் ஆயுதப்பயிற்சி எடுத்திருப்பதாக அவரே சொல்லித்திரிந்தார். எந்த வருடம் யாருடைய அணியில் பயிற்சி எடுத்தீர்கள் எனச் சுடலை அவரிடம் கேட்டபோது, அந்த நாட்களில் எந்த '*batch*' எந்த வருடம் என்ற வகைகள் ஏதும் இருக்கவில்லை எனவும் இவ்வழக்கம் மிகவும் பின்னாலே வந்தது எனவும் அது போராட்டத்தின் ஆரம்பம், இரண்டு பேர் சேர்ந்தால் ஒரு புதிய இயக்கத்தைக் கட்டலாம். மூன்று பேர் சேர்ந்துவிட்டால்

தாக்குதலைச் செய்ய முடிந்த காலம், அப்போது எல்லோரும் எல்லோருடைய அணியிலும் இருந்ததாகவும் சொன்னார். வேண்டுமானால் லெபனான் பெண்கள் குறித்த இரகசியம் ஒன்றைச் சொல்வதாகவும் முடிந்தால் சரிபார்த்துக் கொள்ளவும் எனக்கூறிச் சுடலையின் காதில் ரகசியமாக ஏதோ சொன்னார். அந்த இரகசியத்தைக் கேட்டுச் சுடலை தன்னுடைய பெரிய வெள்ளைப் பற்கள் தெரியத் தொடையில் அடித்துச் சிரித்தார். ஆனால், பாண்டியன் லெபனானில் அழுகிய பழங்களை நைச்சியமாகக் நொதிக்க வைக்கும் நுட்பத்தைத்தான் அறிந்து வந்தார் என்பதையே ஊரார் பலரும் நம்பினார்கள். அதற்கு ஆதாரமாக வலுவான இரு காரணங்களை அவர்கள் முன்வைத்தனர். ஒன்று குழந்தை இல்லாத பாண்டியன் பெண் வாசனை குறித்துப் பேசுவதற்கு அருகதை அற்றவர். இரண்டு, சைக்கிள் வால்ரியூப் கட்டையில் நெருக்கி அடைக்கப்பட்ட நெருப்புக்குச்சிகளின் துகள்களைக் கூட வெடிக்க வைக்கப் பயப்படுபவர் ஆயுதங்களைத் கைகளால் தொட்டிருக்கவே மாட்டார் எனவும் நம்பப்பட்டது. இவற்றைப் பொறுமையாகக் கேட்ட பாண்டியன் 'அம்மாளாச்சி ஒருவனைக் கைவிட நினைத்தால் அவனைப் போராளியாக்கி விடுகிறாள்' என்றார்.

நாள் சந்தை கலையும் பின் மதியங்களில் பாண்டியன் அழுகிய பழங்களை மாத்திரம் தவத்தி எடுப்பதைப் பலர் ஆச்சரியத்துடன் பார்த்திருக்கிறார்கள். பாண்டியன் காய்ச்சும் பழுப்பு நிறக் கசிப்பின் இரகசியம் மர்மமாக நீடித்த நாட்களில் அதன் சுவை பல்கிப் பெருகியதாகவும், கோதைநாயகியின் நிதம்ப வாசனையின் கிளர்ச்சியுடன் இருந்ததாகவும் முச்சந்தியில் வைத்துப் பலமுறை சத்தியம் செய்திருக்கிறார் சுடலை.

அன்று முச்சந்தியிலிருந்த தலைவரின் 'கட்-அவுட்டின்' கீழே மெல்லிய பீங்கான் தட்டுகளில் வைத்துப் பாண்டியன் விநியோகித்த மஞ்சளும், சிவப்புமான தோடம்பழ இனிப்பின் சுவையும் அலாதியானதாக இருந்தது. அதன் மணம் அழுகிய பழங்களை ஒத்ததாகவும், சுவை மெலிதான புளிப்பிலும் இருந்தது. பாண்டியன் வெய்யிலில் பூஞ்சிய கண்களுடனும் உதடு நிறைந்த சிரிப்புடன் ஓடி... ஓடி இனிப்புகளை எல்லோருக்கும் கொடுத்தார். 'குழந்தைகளே இது சமாதானத்தின் தித்திப்பான இனிப்பு உரிமையோடு சாப்பிடுங்கள்' இனிப்புகளைத்

தம் இரண்டு கைகளாலும் வாங்கும் குழந்தைகள் அவரை அரைவட்டத்தில் சூழ்ந்திருந்தனர். தோடம்பழ இனிப்பிலிருந்த பொடியாக்கப்பட்ட சீனியின் மென்படலம் அவரைச் சூழ்ந்திருந்தது.

வீதியின் இருபுறமும் இயக்கத்தை வரவேற்க வரிசையில் காத்திருந்த ஊராரின் நாக்குகள் தோடம்பழ இனிப்பினால் சிவப்பும் மஞ்சளுமாக உருமாறி இருந்தன. சிவப்பும் மஞ்சளுமான நாக்குகளால் உதடுகளை ஈரப்படுத்தியபோது வெளிவந்த குளிர்ந்த சொற்களால் இயக்கத்தின் புதிய பொறுப்பாளர்களின் வருகையைக் கருணையோடு எதிர் கொண்டனர். 'இனிக் குண்டுகள் இல்லை, துப்பாக்கிகள் இல்லை, சாவு அறிவித்தல்கள் இல்லை, வீரமரணங்கள் இல்லை, எதிரிகளும் இல்லை' என்று மகிழ்ந்தனர்.

இயக்கப் பொறுப்பாளர்கள் நீண்டதூரத்தை நடந்தே கடந்து வந்திருப்பது அவர்களது உலர்ந்த உதட்டு வெடிப்புகளில் இருந்து தெரிந்தது. அவர்கள், அடிக்கடி குளிர்ந்த நீரைப்பருகியபடி மக்களை நோக்கிக் கைகளை அசைத்தனர். அவர்கள் மரபார்ந்த போராளிகளின் தோற்றத்தில் இருந்து மிகவும் மாறுபட்டுச் செழிப்பாக இருந்தார்கள். சுத்தமாகவும், நேர்த்தியாகவும் மடிப்புக் கலையாத ஆடைகளை அணிந்திருந்தார்கள்.

அவர்களில் ஒருவர் பிரதான வீதியிலிருந்து பிரிந்து செல்லும் கிரவல் வீதியில் இறங்கி ஊரின் நடுவிலிருந்த பருமனான கல்லின் மேல் ஏறி நின்றார். அவரின் உருவம் எல்லோருக்கும் மிகத் துல்லியமாகத் தெரிந்தது. தடித்த உதடுகளும், கூர்மையான நீள் மூக்கும், உருண்டைக் கண்களும், சதைப்பற்றான கன்னங்களுடனும் இருந்தார். தன்னை, இந்த ஊரின் புதிய பொறுப்பாளர் என அறிவித்துவிட்டு, அகன்ற பருமனான உள்ளங்கையை எல்லோருக்கும் உயர்த்திக் காட்டினார். அவை வெளிறி இருந்தன. 'நன்றாகப் பாருங்கள் மக்களே பல சண்டைகளை வெற்றிகரமாக நடத்திச் சென்ற கை, பல எதிரிகளின் உடலைத் துண்டு துண்டாகக் கிழித்துப் போட்ட கை, கூடவே தலைவரின் ஆசியும் உள்ள கைகள் இனி உங்களை வழிநடத்திச் செல்ல இருக்கும் கைகள், இவை சாதாரணமான கைகள் இல்லை. போராளியின் ஆற்றல்மிகு கை' அதிக ரேகைகளே இல்லாத மழுமழுப்பான அவருடைய

உள்ளங்கையில் ஆயுள்ரேகையின் தடங்கள் மட்டும் வற்றிய ஆற்றின் நீர்த் தடங்கள் போல ஆழமாகவும் நீண்டும் கிளைத்தும் இருந்தன. பொறுப்பாளரின் உள்ளங்கையைத் தன்னுடைய நீர் ததும்பும் கண்களால் உற்றுப்பார்த்த ஆச்சி 'இவரை ஊரின் பொறுப்பாளராக ஏற்றுக் கொள்ளலாம்' என்று மடிந்த உதடுகளுள் முணுமுணுத்தார்.

பின் ஒரு மழைநாளில் அய்ந்து நிர்வாண உடல்கள் சிதறி இருக்க, இருக்கும் வீடு பொறுப்பாளருக்காக ஊர் மக்களால் ஒதுக்கப்பட்டிருந்தது. அந்த வீட்டுச் சுவர்களில் வெள்ளைச் சுண்ணாம்பு புதிதாகப் பூசப்பட்டிருந்தது. அதன் சுண்ணாம்பு வீச்சம் காற்றின் திசைகளில் எல்லாம் கலந்து ஊர் முழுவதும் அலைந்தது. முன்னர் அது பேய்கள் வாழ்ந்த வீடு என அறியப்பட்டிருந்தது. பேய்களுக்கு அஞ்சி வீட்டைத் தவிர்த்துச் சுற்று ஒழுங்கைகளாலும், பொட்டுகளினூடாகவும், வயல் வரப்புகளிலும் தடம்மாறி திரிந்த இளந்தாரிகள் எல்லாம் பொறுப்பாளரின் வீட்டிற்கு நம்பிக்கையுடன் வந்து சென்றனர்.

02

பேய்கள் வாழ்ந்த வீடு

தடதடக்கும் ஒலியுடன் கிரவல் வீதியால் வந்த மோட்டார் வண்டியின் பின்னால் இந்திய இராணுவத்தினரின் சிறிய காலாட்படை அணி ஊரினுள் நுழைந்தபோது ஊரார் வயல் வேலை முடித்து வீடு திரும்பிக் கொண்டிருந்தனர். மோட்டார் வண்டியை ஓட்டிவந்த சிப்பாயின் கருந்தாடி அடர்ந்த, வெண்ணை உருகும் முகத்தில் இருந்த குறும் புன்னகை ஊராருக்குத் துர்ச் சகுனத்தின் அடையாளமாகத் தெரிந்தது. அந்த மோட்டார் வண்டியின் முன்னால் செம்மறி ஆடுகள் குறுக்கும் நெடுக்குமாக மிரட்சியுடன் ஓடிவந்தன.

அய்ம்பது ஆடுகளின் கத்தல்களையும் கிழித்துக் கேட்டது, சிப்பாயின் மோட்டார் வண்டியின் தடதடக்கும் சத்தம். அந்த மோட்டார் சைக்கிள் கரியரின் இரும்புக் கிராதியில் செம்மஞ்சள் கயிற்றினால் பலமாகக் கட்டப்பட்டிருந்தது ஆச்சியின் மகனின் நிர்வாண உடல். உடலில் தசைகள் பாளம் பாளமாக வெடித்து வாய் பிளந்து கிடந்தன. பற்கள் உதிர்ந்து விட்டிருந்தன.

தலைமுடி கொத்துக் கொத்தாகப் பிய்த்து எறியப்பட்டிருந்தன. கிரவல் வீதியின் கற்களும் முட்களும் உடலைச் சல்லி சல்லியாகக் கிழித்திருந்தன. உழுத சிவப்பு வயல்போல சிவப்புத் திட்டுகளுடன் இருந்தது அந்த உடல். சிப்பாய்கள் குருதியில் ஊறிய நிர்வாண உடலை மாமரக் கிளையில் தலை கீழாகத் தொங்கவிட்டபோது இரவாகி விட்டிருந்தது. அப்போதும் உடலில் சிறு அசைவும், முனகலும் இருந்தது.

தலைகீழாகத் தொங்கிய உடலின் கடைசித் துடிப்பும் அடங்கியபோது, சுற்று வேலிகள் தாறுமாறாக வெட்டப்பட்டு மொட்டையாக நின்றிருந்தது வீடு. அந்த வீட்டில் இரவுகளில் செம்மறி ஆடுகளின் ஓலமும், நாய்களின் குரைப்பும் கேட்டது. அறைகளில் ஆச்சியின் மகனின் பச்சைக் குருதிவாடை மிகுந்திருந்தது. காலாட்படையினர் அந்த வீட்டைத் தம் தங்குமிடமாக மாற்றியபோது இருள் இன்னும் கருமையாக ஊரைச் சூழ்ந்து படிந்து போனது. அதன் பின்னரே ஊரார் அதைப் பேய்கள் வாழ்ந்த வீடு என அழைக்கத் தொடங்கினார்கள்.

பேய்கள் வாழ்ந்த வீட்டில் ஆச்சியின் மகனின் நிர்வாண உடல் இரத்தக் கண்டல் உள்ள பெரிய கறுத்தக் கொழும்பான் மாம்பழம் போல மாமரத்தில் தொங்கியது. நைலோன் கயிற்றில் உலர்ந்த குருதித்துளி சொரசொரப்பாகத் தேங்கி இருந்தது. அழுகிய உடலின் துர்வாடை ஊர் முழுவதும் அலைந்து திரிந்தது. ஆச்சி மகனின் நிர்வாண உடலின் தசைகள் திரவமாய் உருகி வழியத் தொடங்கிய நாளின் வெம்மையில் உடல் தீப்பற்றிக் கொண்டது. உடல், கொழுப்பு உருகி உருகி எரிந்தது. உடலின் தீய்ந்த வாசனை மாமரக் கிளைகளில் கருமையாகப் படிந்தது. அந்தத் தீயின் வெம்மைமிகு நாக்குகள் ஊரின் இருள் மறைவுகளில் பதுங்கியிருந்த போராளிகளின் குருதிகளில் குளிரின் கூர்மையில் ஊடுருவிச் சென்றன. 'பொடியள் ஒன்றுக்குப் பத்தாகக் கணக்குத் தீர்க்காமல் விடமாட்டார்கள்' என்றார் பப்பர். அதைச் சொன்னபோது அவருடைய கண்களில் பயம் தெரிந்தது.

அச்சிறிய இராணுவ அணி சில நாட்கள் பேய்களின் வீட்டில் தங்கியிருந்தபோது அவர்கள் சாய்த்து வந்த செம்மறி ஆடுகள் வயல்களில் அடர்ந்திருந்த பச்சை மிளகாய், மரவள்ளிச் செடிகளை மென்று தீர்த்தன. செம்பழுப்புத் தீற்றலாய் இருக்கும்

மிளகாய்ப் பழங்களைத் தேடிவந்த கிளிகள், மிளகாய்ச் செடிகளே இல்லாமல் இருந்த ஊரைப்பார்த்து ஓலமிட்டபடி திரும்பிச் சென்றன. ஊரின் தென்மூலையிலிருந்த ஆலமரத்தில் நெடுநாட்களுக்கு அந்த ஓலங்கள் தங்கியிருந்தன. வீட்டு முற்றத்தில் கட்டியிருந்த இராணுவ அணியின் பழுப்பு நிறத் தறப்பாள் வயல் காற்றில் அடித்தது. அதன் படபடக்கும் ஓசை காலாட்படையின் இருப்பை ஊராருக்கு நினைவூட்டியபடி இருந்தது.

பின்னர் ஊரிலுள்ள வீடுகளின் வேலிகள், குளியல் கிணறுகளின் வேலி மறைப்புகள் எல்லாம் சிப்பாய்களால் வெட்டிச் சாய்க்கப்பட்டன. ஊரின் மூலை முடுக்குகள் இண்டு இடுக்குகள் எல்லாவற்றையும் நீண்ட இரும்புக் கம்பிகளாலும், துப்பாக்கி நுனிகளாலும் சல்லடைபோட்டுப் போராளிகளை, ஆயுதங்களைத் தேடியபடியிருந்தனர்.

ஆச்சியின் மகனைத் தவிர ஒரு போராளியின் சாரத் தலைப்பைக் கூட சிப்பாய்களால் கண்டுபிடிக்க முடியவில்லை அந்த வன்மம் அவர்களை இன்னும்... இன்னும் மூர்க்கமாய் ஊரைத் தேடச் செய்தது. நெல் மூடைகள், வெங்காயப் பிடிகள் தொங்கிய அட்டாளைகள், மேற்கூரையில்லாத கழிப்பறை மறைப்புகள் என அவர்களின் தேடலின் நுணுக்கம் குறுகிச்சென்றது. பின் வயல் கிணறுகளில் நஞ்சு கலந்ததோடு அவர்களின் தேடல் முடிவிற்கு வந்தது. ஊரைவிட்டு தள்ளி இருந்த பசிய நெல் வயல்களினுள் அல்லது அதற்கும் அப்பால் விரிந்திருக்கும் காடுகளினுள் போராளிகள் பதுங்கியிருப்பதாக நம்பினார்கள். ‘‘சிப்பாய்கள் போராளிகளை சரியாகத் அறிந்திருக்கவில்லை... அவர்கள் ஏதோ போராளிகளை தேவதூதர்கள் என்று நினைத்து விட்டார்கள்’’ என்றார் சின்னாம்பி வாத்தியார். பழுத்த கம்யூனிஸ்ட் ஆகிவிட்ட அவர் முன்னர் சூரியமல் இயக்கத்தில் சிங்களக் கிராமப்புறங்களில் தீவிரமாக இயங்கியவர். மலேரியத் தொற்றுக்கு எதிரான அவருடைய தியாகங்கள் இன்றும் அந்த ஊர்களின் நினைவுகளில் இருக்கின்றன.

நஞ்சுநீரை அருந்திய வயல் கிணற்று ‘ஜப்பான்’ மீன்கள் வெள்ளைத் துண்டங்களாய் மிதக்கத் தொடங்கிய காலையில் இராணுவத்தின் சிறிய அணி ஊரைவிட்டுப் புறப்பட்டுச் சென்றது. மீதம் இருந்த ஆடுகளைச் சாய்த்தபடி அவர்கள்

வெள்ளவாய்க்கால் கடந்து தரவை வெளிக்குள் இறங்கினர். தரவைவெளி நீண்டு வரட்சியானதாக இருந்தது. யப்பான் மீன்கள் இல்லாத கிணறுகள், பாசி படர்ந்து துர்நாற்றம் வீசும் மலக்கிடங்குகள் போல பலநாட்கள் தேங்கி நொதித்தது. பாசியின் துர்நாற்றம் நீரினூடு மரவள்ளிச் செடிகளிலும், மிளகாய்ச் செடிகளிலும் திரண்டு ஊரின் நாசியை நிறைத்தது. அந்த மணமே அயலவர்களின் நினைவுகளில் இவ்வூரின் இருப்பாய் பன்நெடுங்காலம் எஞ்சியிருந்தது.

03

பொறுப்பாளர்களின் காலம்

புதிய பொறுப்பாளர் பேய்கள் வாழ்ந்த வீட்டிற்கு வந்த பின்னர் துர்ச் சகுனத்தின் அடையாளமாக, தீமைகளின் பிறப்பிடமாக, இருள் அடர்ந்து இருந்த வீடு விடுதலையின் அடையாளமாக ஊர் மக்களின் நினைவுகளில் உருமாறியது. மூளை மடிப்புக்களில் கிளர்ந்த விடுதலையின் வேட்கையை மூடிச் சமாதானத்தின் தோல் வளர்ந்தபோதும் அவர்களால் விடுதலையின் வேட்கையை மறக்கவே முடியவில்லை. விடுதலைக்கான வழிகளைத் தங்களினுள் தேடத் தொடங்கினார்கள்.

ஊரின் இருள் மடிப்புகளிலிருந்து எழுந்துவந்த சிறு திருட்டுகள், பாலியல் பிறழ்வுகள் என நம்பப்படுபவை எல்லாம் விடுதலைக்கு எதிரான கனதியான குற்றங்களாகப் பதிவாகத் தொடங்கின. முன்னர் அவை ஊரின் இயல்பான நிகழ்வுகளாகவே இருந்தன என்பார் பாண்டியன். 'கசிப்பு அம்மாளாச்சியைக் குளிர்விக்கும் பானம் அதைத் தடைசெய்வது அம்மனுக்கு எதிரான கலகம், கசிப்புத் தடைசெய்யப்படுமானால் நான் அதற்கு எதிராக படையைக் கட்டிப் போர் செய்வேன்' என்றார் சுடலை. கசிப்பு அருந்த முடியாத அவரது உடலும், உள்ளமும் வாடி, வெள்ளைச் சிரிப்பும் உள்ளொடுங்கிவிட்டிருந்தது.

சுடலையிலிருந்து தொடங்கிய ஊரின் குற்றங்களின் பதிவுகளை எழுதிக் கை வலித்தபோது பொறுப்பாளர் ஒரு பழைய கணினியை வாங்கினார். அதை இயக்குவது குறித்த சிக்கல்கள் வந்தபோது பொறுப்பாளர் என்னைத் தன்னுடைய உதவியாளனாக அமர்த்திக் கொண்டார். நீர் நிரப்பிய வெளிர் நீலநிறத் துப்பாக்கியை

மட்டுமே பார்த்திருந்த எனக்கு பொறுப்பாளரின் துப்பாக்கி, அதன் முனை வெளிறிய குண்டுபாயும் குழல், பழுப்புநிறக் கைப்பிடி குறித்த அச்சம் கிளர்ச்சியூட்டுவதாக இருந்தது.

பேய்கள் வாழ்ந்த வீட்டின் விசாலமான முற்றத்தில், கருகிய இலைகளை உதிர்க்கும் வெம்மைமிகுந்த மாமர நிழலின் கீழ், தேக்குமர மேசையில் பொறுப்பாளர் அமர்ந்திருக்கும் தோரணையும், விசாரணை செய்யும் முறையும் அச்சமூட்டுவதாய் இருக்கும். விசாரணையின் உச்சத்திற்கும் சில நொடிகள் முன்னர் அவன் தேக்குமர மேசையின் நடுவில் வைத்துச் சுழலவிடும் துப்பாகியின் குழல் எப்போதும் அவரை நோக்கியே தன் சுழற்சியை நிறுத்திக் கொள்ளும். அதுவே பெரும்பாலும் விசாரணையின் முடிவாகவும் இருக்கும்.

கட்டுப்பாடுகளும், இறுக்கங்களும் விடுதலை குறித்த கனவை இன்னும்... இன்னும் ஈரலிப்புடன் ஊராரின் நினைவுகளில் வைத்திருப்பதாக நம்பப்பட்ட ஒரு பின்னிரவில் தீமையின், அசுத்தத்தின் இருப்பிடமாக நீலப்படங்களை பொறுப்பாளர் அறிவித்தார். அறிவித்த பின்னிரவிலிருந்து ஊர் மக்கள் ஆவேசத்தோடு நீலப்படங்களத் தேடித்தேடி அழிக்க முனைந்தனர். ஆனால் அவற்றின் இருப்பு அச்சமூட்டுவதாகவும், அழிக்க, அழிக்க எண்ணிக்கை பெருகியபடியும் இருந்தன. அவற்றின் இருப்பு விடுதலை குறித்த கனவை, வேட்கையை நீர்த்துவிடச் செய்வதாகப் பொறுப்பாளர் திரும்பத் திரும்பச் சொன்னார்.

வெண்நிறத் தொடைகள், மயிரடர்ந்த யோனிகள், காலணிகள் நீக்கப்படாத நீண்ட கால்களின் சலனங்களைத் தேடித்தேடி ஊராரே ஊராரின் புத்தக அடுக்குகளினுள் பிரிக்கப்படாதிருந்த புத்தகங்கள், முதிரைக் கட்டில்களின் இருள் மூலைகளுள் கண்ணைக் கூசும் ஒளியைப் பீய்ச்சியபோது தீமையின், விடுதலை வேட்கையை நீர்க்கச்செய்யும் நீலப்படங்களின் சலனங்கள் பெரும் ஓலத்தோடு பொலபொலத்து உதிர்ந்தன.

முடிவாக நீண்டநாட்களாக நகர்த்தப்படாதிருந்த அம்மிக் கற்களை நீண்ட அலவாங்குகளினால் புரட்டியபோது அதன் கீழ் நூற்றாண்டுகளின் பழமை ஊதா நிறப்பூச்சிகளாக ஊர்ந்தன. அதன் அடியில் பொலித்தீன் பைகளில் மிகக்கவனமாக

பொதிசெய்யப்பட்ட ஏராளம் நீலப்படப் பிரதிகள் இருந்தன. அவை மிகநுட்பமாகவும் காற்றுப்புக முடியாததாகவும் தடித்த பொலித்தீன் பைகளில் பொதி செய்யப்பட்டிருந்தன. பொதி செய்யும் அந்த நுட்பம் முன்னர் தலைநகருக்கு இரகசியமாக ஆயுதங்கள் அனுப்பிய பேரூந்துகளின் இருக்கைகளின் தோல்களைக் கிழித்துப் பொதி செய்யப்பட்டதை அச்சொட்டாக ஒத்திருந்ததை ஊரார் ஆச்சரியத்துடன் நினைவு கூர்ந்தார்கள். கடைசிச் போரின்போதும் விலங்குக் கொழுப்புகளில் தோய்ந்த ஆயுதங்களைப் பொலித்தீன் பைகளில் கவனமாகப் பொதிசெய்து கடற்கரை மணலில் அவசர அவசரமாகப் புதைத்தபோதும் அதே நுட்பத்தையே போராளிகள் கைக்கொண்டனர்.

சிலர் அவை எதிர்காலச் சந்ததியினரின் பொருட்டுப் புதைக்கப்பட்டதாகவும், அதனைத் தோண்டுவது வரலாறைச் சிதைக்கும் செயல் என்றும் கலகம் செய்தனர். நீலப்படங்களுக்கு எதிரான அந்தக் கலகக் குரல்கள் - கலகக் குரல்களை மெல்லிய கீச்சிடல்களாகவும், மரநாய்களின் ஓலத்தினைப் போலச் செய்யும் ஒலிகளாகவும், துரோகிகளின் பாடல்களாகவும் மாற்றிவிடும் தந்திரம் தெரிந்த பொறுப்பாளரின் முன்னால் வெற்று ஓசைகளாகப் பொருள் அற்றுப் போய்விட்டிருந்தன.

குற்றங்கள் வழி தண்டனைகள் பெருகியபோது பொறுப்பாளர் இன்னும்... இன்னும் மிக நூதனமான தண்டனைகளுக்கான வழிகளைத் தீவிரமாக முயன்று பார்க்கத் தொடங்கினார். கோழிகள் அடைக்கும் பிரப்பம் நார்க்கரப்புகள் பேய்கள் வாழ்ந்த வீட்டின் முற்றத்தில் நிரையாக வைக்கப்பட்டன. முள்ளுக்கரப்புகள் இராணுவ முகாம்களிலிருந்து வெட்டியெடுத்த முள்ளுக்கம்பிகளை வளைத்தும், நெரித்து தேர்ந்த தொழிலாளர்களைக் கொண்டு செய்யப்பட்டிருந்தன. நிமிர்த்திவைத்தால் ஆறுமாதக் குழந்தை கைகால்களை நீட்டித் உறங்குவதற்குப் போதுமான சிறிய முட்கரப்புகள். குற்றங்களின் தன்மைகள் துல்லியமாக அளந்து தண்டனை வழங்கப்பட்டபோது, பிரப்பங்கரப்புகளினுள் கால்களை மடக்கி முதுகை வளைத்து நீண்டநாள் குந்தியிருப்பது, அப்படியே மலங்கழிப்பது ஊராரின் வீரவிளையாட்டாக மாறியது.

சுடலை வீரவிளையாட்டிற்குப் பலமுறை முயன்றும் கூடைக்குள் மடங்கிக் குந்தியிருக்கும் இரகசியம் வசப்படவில்லை. கசிப்பு

அருந்தும் வேட்கையில் அவர் அதற்கு வெறித்தனமாக முயற்சித்தும் அதன் நெளிவுசுளிவுகளுக்கு முதுகு வளைந்து கொடுக்கவில்லை. நல்ல திடகாத்திரமான அவர், ஓர் ஆறு மாதக் குழந்தையாக மாறுவது ஒன்றும் அவ்வளவு இலகுவானதாக இருக்கவில்லை. முடிவில் முள்ளுக் கம்பிகள் தைத்த உடற்காயத்தோடு 'அவர்கள் பற்களைப் பிடுங்கி அவர்களின் வயிற்றினுள்ளே போடவேண்டும்' என்றார்.

எச்சரிக்கைக் கடிதங்களையும், தண்டனையை உறுதிசெய்யும் இறுதிக் கடிதங்களையும் பழைய கணினியில் எழுதும்போது எச்சரிக்கை அல்லது தண்டனை என்ற சொல்லைத் தடித்த சிவப்பு எழுத்துகளில் பெரிதாகவும் அழகாகவும் எழுதினேன், கடிதங்களின் ஓரங்களில் தங்க விளிம்புகளில் கோடுகளும் கட்டங்களும் வரைந்தேன். குற்றம் சாட்டப்பட்டவரின் பெயரைத் தடித்த எழுத்திலும் எழுதினேன். ஆரம்பத்தில் ஒவ்வொருவருக்கும் தனித்தனிக் கடிதங்கள் எழுத வேண்டியிருந்தது. சில நாட்களில் எழுதும் தொழிநுட்பம் கைவரப் பெற்றதும் பெயர்களையும் குற்றங்களையும் மாத்திரம் மாற்றினால் போதுமாக இருந்தது. தண்டனை பெரும்பாலும் எல்லோருக்கும் ஒன்றாகவே இருந்தது. கடிதங்களை அச்சடிக்கும் போது கருப்பு வெள்ளையாகவே அச்சடித்தனர். ஓரத்தின் தங்க விளிம்புகள் மிகவும் மங்கலாக வெளிறித் தெரிந்தன. தடித்த எழுத்திலிருந்த பெயர்கள் நிறம் குறைந்தும், சிதைந்துமிருந்தன. தண்டனைகள் துல்லியமாகவும் கச்சிதமாகவும் தடிப்பாக அச்சாகியிருந்ததை ஊரார் பெருமையுடன் நினைவு கூர்ந்தனர்.

எச்சரிக்கைக் கடிதங்களின் வழி கோதைநாயகிக்கு மூன்றாவது கடிதத்தையும் கறுப்பு - வெள்ளையில் அச்சடித்து அனுப்பிய சில மணிகளின் பின் வேலிக்கதிகால்களை விலக்கிக் கோதைநாயகி பேய்கள் வாழ்ந்த வீட்டிற்கு வந்தார். அரக்குநிறச் சாயம்போன சாக்குத்துணி பையும் ஒரிரு அலுமினியப் பாத்திரங்களும் பெரிய மீன் கண்களும் உறுதியான தோள்களும் அவரிடம் இருந்தன. உலர்ந்த தேகமும் பிசிறல்கள் இன்றிப் பின்னிக் கட்டப்பட்டிருந்த கருங்கூந்தலும் ஆண்வாடை நிறைந்திருந்த வீட்டினுள் பின்வாசல் வழியாக மெல்ல நுழைந்தது.

ஊரின் முச்சந்தியில், படுக்கை அறைகளில் பகிரப்படும் இரகசியக் கதைகளின் சுவடுகளற்ற கோதைநாயகியின் தூய

சிரிப்பும், ஆயுதங்களைப் பொதி செய்யும் வலிய நுட்பமும் பொறுப்பாளருக்குச் சில மாதங்கள் தேவையானதாக இருந்தது. கோதைநாயகி மூன்றாவது எச்சரிக்கைக் கடிதத்தையும் சுக்கு நூறாகக் கிழித்து மலக்குழியில் வீசியதை அறிந்து கொள்ள பொறுப்பாளருக்குச் சில வாரங்களானது.

மூன்று நாட்கள் கரித்துண்டால் வரைந்த சதுரத்தினுள் குந்தியிருந்து பழங்கதைகள் பல சொன்னார். காணாமல் போன கணவன் குறித்து ஒரு வார்த்தையும் கோதைநாயகி மறந்தும் பேசாதிருந்ததை அடிக்கடி நினைவு படுத்தினார் பொறுப்பாளர். தண்டனை வழங்க, கோதைநாயகி புதைத்துவைத்த, மறந்துபோன கணவனின் நினைவுகளே போதுமானதாக இருந்தது.

தண்டனை நாளுக்கு முந்திய இரவில் கோதைநாயகியின் குதிக்காலில் இருந்து படர்ந்த மெல்லிய வலியை நாடி பிடித்துப் பார்த்த ஆச்சி, குழந்தைப்பேறின் நாளை தன்னுடைய தளர்ந்த விரல்களை எண்ணித் துல்லியமாகச் சொன்னார்.

நான், சுடலை, பாண்டியன், பொறுப்பாளர், ஆச்சியின் மகன் என எல்லோரது முகங்களிலும் சந்தேகத்தின் ரேகைகள் சிவந்த கோடுகளாய் படர்ந்தன.

சந்தேகத்தின் ரேகைகள் ஊராரின் இரசிய உரையாடல்களில் பல கதைகளாகப் பெருகிய மழைநாளின் பகற்பொழுதில் கோதைநாயகி அழகிய மகவைப் பெற்றெடுத்தார். அதன் தொப்புள் கொடியைப் பெருவிரல் நகத்தினால் கிழித்து முடிந்து கொண்டபோது குழந்தையின் அழுகை, மழை ஈரத்தினையும் கிழித்து ஊராருடைய காதுகளிலும் அச்சத்தின் ஒலியாகக் கேட்டது.

படபடப்புடன் ஓடிச்சென்று குழந்தையின் முகம்பார்த்த நான் புதிய எச்சரிக்கைக் கடிதத்தை நடுங்கும் விரல்களால் கணினியில் எழுதத் தொடங்கினேன்.

2016 செப்டம்பர்

விண்மீன்களின் இரவு

01

அகதிக் கோரிக்கை விசாரணை அறை

இவன் அந்தத் கண்ணாடிக் கட்டிடத்தைவிட்டு எழுந்து ஓடிவிட நினைத்தான். கனல் வெப்பம் பிடரி, காதுமடலின் பின்புறம் எங்கும் கொதித்தது. பலசோடிக் கண்கள் தன் பிடரியில் மொய்த்திருப்பதை நினைத்துப் பார்த்தான். தனது உடல் கேள்விகளால் துகிலுரிந்து நிர்வாணமாவதைப் பதட்டத்துடன் எதிர்கொண்டான். ஒவ்வொரு கேள்வியும் துப்பாக்கி ரவைகளைவிட அதிக ஆழத்தில் அவனைத் துளைத்தன. உச்சமாக அவனுடைய அக்காவைப் பற்றிக் கேட்டது நீலப்படத்தின் சில துண்டுக் காட்சிகளை நினைப்பூட்டியது. சிப்பாயின் உள்ளாடையின் நிறத்திலிருந்து அக்காவின் முனகல் வரை விபரித்தான். முடிவாக 'நாயைமாரி என்ர மனுசியை ரோட்டில் சுட்டு போட்டிருந்தங்கள்' என்றான். கேள்வியாளனுக்கு அப்போதும் நம்பிக்கை வரவில்லை உதட்டைப் பிதுக்கினான். நாயின் ஆவேசத்துடன் எழுந்து வாங்கின் மேல் துள்ளி ஏறிக் கால்களை அகட்டிக் குனிந்து மூன்றுமுறை இடுப்பை அசைத்து இயங்கிக்காட்டினான். பின்னால் பலசோடிக் கண்களினூடே விரியும் காட்சிகளில், அக்கா மேலும் பலமுறை துகிலுரியப்படுவாள் என்ற அச்சமும் ஏற்பட்டது. மேசையின் கால்களை ஆத்திரத்துடன் அழுத்திப் பிடித்தான். இதையெல்லாம் தாங்காது அம்மாவை முன்னரே ஷெல்லடியில் சாகடித்தது அர்த்தபூர்வமாகப்பட்டது. கண்ணாடிச் சுவரின் வெளியே பனி தூவுவதும் விடுவதுமாகப் போக்குக்காட்டியது. மடித்து வைத்திருந்த குளிர் அங்கி கையில் கனத்தது. அது படிந்துகிடந்த தொடையில் இன்னும் சூடு மிச்சமிருந்தது.

நடுவிலிருந்த பிரதான விசாரணையாளன் குனிந்து வெள்ளைத் தாளில் அடிக்கடி ஏதோ குறிப்பெடுத்தான். அவனின் கையெழுத்தைக் கூர்ந்து கவனித்தான். கிறுக்கலில்லாத நேரெழுத்துகளிலிருந்தன. கேள்விகள் முன் - பின்னாக, இடைவெட்டுவனவாக, அவநம்பிக்கைகளின் பிரதிபலிப்புக்களாக இருந்தன. குரலில் கனிவும், உதடுகளில் மெல்லிய அசைவுகளாகவும் கேள்விகள் வெளிவந்தன. இவன் மெதுவாகத் தலையைத் திருப்பி வலதுபக்கம் அமர்ந்திருந்த தனது லோயரைப் பார்த்தான். கலைந்திருந்த செம்பட்டைத் தலைமுடியை ஒதுக்கி விட்டிருந்தார். தனக்கான நேரம் முடிந்துவிட்ட தோரணையில் கை நகங்களின் இடுக்கில் ஒட்டியிருந்த அழுக்கைத் திறப்பால் நீக்குவதில் மூழ்கியிருந்தார். நாடகத்தின் பகுதிபோல எல்லாம் இயல்பாய் நிகழ்ந்து கொண்டிருந்தது. இன்னுமொரு கேள்வி மாத்திரமே எஞ்சியிருந்தது. அதற்கான வேளை இன்னும் வரவில்லை என்பதுபோல எல்லோரும் காத்திருந்தனர்.

இடதுபக்க விசாரணையாளன் இவனை, இவனின் சிறு அசைவைத் தன் இடுங்கும் கண்களால் அளந்தபடியிருந்தான். அசைவே இல்லாத அவனின் நீலக்கண்களில் அவநம்பிக்கை துளிர்த்திருந்தது. மணிக்கட்டிலிருந்து முழங்கை வரை பயிற்றைக் கொடியாய் சுருண்டு நீண்ட தழும்பை அவனின் பார்வையில் தெரியும்படி தன் கையைத்திருப்பினான். அவனிடமிருந்து எந்தக் கேள்வியும் வராததில் அவன் முன்முடிவுடனே வந்திருப்பதாகப்பட்டது. பிடரிக்குப் பின்னால் மெதுவாகக் கதவு திறப்பதும் மூடுவதுமாக இருந்தது. காலடியோசைகளைக் கூர்ந்து கவனித்தான். அதில் ஒரு காலடியோசை மட்டும் அகன்ற பாதங்களில் அழுத்தமாக நிலத்தில் பதிந்து வெறுங்காலில் நடப்பது போலவுமிருந்தது. பழகிய காலடியோசைகள் போலவுமிருந்தன. தூக்கத்திலிருந்து விழித்தவனாக பிரதான விசாரணையாளன் அந்தக் கடைசிக் கேள்வியையும் கேட்டான். ‘இப்போது நீங்கள் நாட்டுக்கு திரும்பிச் செல்வதில் உமக்கு என்ன பிரச்சினை’ மொழிபெயர்ப்பாளனை முந்திக்கொண்டு இவன் பதில்சொன்னான், ‘காணாமல் போனவர் பட்டியலில் ஒருவனின் எண்ணிக்கை கூடும் அல்லது துரோகிகளின் பட்டியலில்’ என்றான். குரலில் அழுத்தம் கூடியிருந்தது. திரும்பி லோயரைப் பார்த்தான். அவர் சின்னி விரலுக்கு வந்திருந்தார்.

கலைந்திருந்த தாள்களை அடுக்கி மேசையில் குத்தியபடி நடுவிலான் எழுந்தான். பின்னாலிருப்பவர்கள் கலைந்து செல்லும் இரைச்சல் கேட்டது. கடைசி ஆளும் வெளியேறும் வரை அசையாமல் காத்திருந்தான். ஹீற்ரர் 'ர்ர்ர்ர்' என்று ஓடியது. சில நிமிடங்களுக்கு முன்னர் ஒருத்தி சிதைக்கப்பட்டதற்கான எந்தத் தடையமும் இல்லாமல் விசாரணைஅறை நிசப்தத்தில் கிடந்தது. முடிவுதெரிவதற்கு இன்னும் இருபத்தியொரு நாட்கள் இருக்கின்றன. விசா கிடைத்ததும் அதை முதலில் பெரியப்பாவின் முகத்தில் தூக்கி அடிக்கவேண்டும் என நினைத்தான். இல்லை, பிரியாவின் முகத்தில்.

வீதியெங்கும் பனித் தூவல்கள் இறைந்து குவியல்களாகக் கிடந்தன. பனியின் அடர்த்தி நீர்த்தாரைபோல கூடிவந்தபடியிருந்தது. மரங்களின் இலைகளில், நிறுத்தியிருந்த கார்களின் மேல் சிறு கோபுரம்போல பனி வீழ்ந்துகொண்டிருந்தது. வீதியில் வாகனங்கள் மிகமெதுவாக நீண்டவரிசையில் அரக்கியபடியிருந்தன. நிலக்கீழ் மெத்ரோ தரிப்பிடம் வந்தபோது இன்னும் பனி அடர்ந்து பெய்வது போலிருந்தது. இவன் இங்கு வந்தபின்னர் இப்போதுதான் பனி இவ்வளவு தொடர்ச்சியாகக் கொட்டுகிறது. அங்கிருந்த சிறிய தொலைக்காட்சிப் பெட்டியில் பனியின் அபாயஅளவு குறித்துச் சிவப்பு எச்சரிக்கை செய்தபடியிருந்தார்கள். விரியும் காட்சிகளில் பனி புயலைப்போல மூர்க்கமாகப் பெய்துகொண்டிருந்தது. மெத்ரோ பிளாட்பாரத்திலிருந்து வீதியை வேடிக்கை பார்த்தான். பிளாட்பாரக் கீழ்மூலையில் அழுக்குத் துணிக்கந்தலுக்குள் வெளிறிய கிழவன் சுருண்டுகிடந்தான். அருகில் அவனது நாய் முன்னங்கால்களை நீட்டிப் படுத்திருந்தது. அதன் கால்களிடையே நசுங்கிய காகிதக் கோப்பையில் சில செம்மஞ்சள்நிற அழுக்கு நாணயங்கள் சிதறிக்கிடந்தன. குளிரையும் மீறிச் சடைத்திருந்தது அவனது பழுப்பு நிறத்தாடி. குளிரின் நடுவே மெல்லிய கதகதப்பான குன்றுபோல படுத்திருந்தான். ஆழ்ந்த நித்திரையின் வெப்ப மூச்சுக்காற்று பனிப்படலமாய் அவனது முகத்தில் வெடித்துச் சிதறியது. மெத்ரோ மிகஅருகில் வந்துவிட்டதற்கான இயந்திரக்குரலின் அறிவிப்புத் தொடங்கியது. அறிவித்த நேரத்திலும் இரண்டு நிமிடங்கள் முன்னதாகவே வந்திருந்தது. தனது கனத்த குளிரங்கியைக் கழட்டி நாயின் மேல் கவனமாகப் போர்த்துவிட்டு மெற்ரோவை நோக்கிப் பாய்ந்து ஓடினான்

ஆனைக் கோடரி | 37

இரும்புத் தண்டவாளத்தில் கரிய எறும்புபோல மெற்ரோ பெரிதாகியபடி வந்தது. குளிரங்கியின் இரகசிய மடிப்பினுள் செருகிவைத்த நூறு யூரோத் தாளின் நினைவும் கூடவே வைத்திருந்த நைந்த கடிதமும் மின்னலைப்போல நினைவில் வெட்டிச் சென்றது.

02

பிரான்ஸ் வந்த முதல் நாள்

சரியாக இருபத்தொரு நாட்களின் பின்னர் அவன் ஹெரோயின் பொட்டலம் போல சித்தப்பாவின் கைகளுக்குக் கை மாற்றப்பட்டான். இருபத்தியொரு நாட்கள் சிறு அறையினுள் சிறை வைக்கப்பட்டிருந்தான். இருபத்தியொரு நாட்களும் அந்தச் சிறிய நிலவறையினுள் அடைபட்டு இருக்க வேண்டும் என்று ஒருபோதும் நினைத்திருக்கவில்லை. இலங்கையிலிருந்து புறப்பட்டுச் சரியாக அய்ந்து நாட்களில் ஃபிரான்ஸின் சார்ல் து கோல் சர்வதேச விமானநிலையத்தில் வந்திறங்கியவனை 'ஏஜென்சி'க்காரன் விரிந்த புன்னகையுடன் கைலாகு கொடுத்து விமான நிலைய வாசலிலேயே வரவேற்றான். தன்னைச் சந்திரன் என அறிமுகம் செய்த ஏஜென்சியின் பிரகாசமான முகமும் கம்பிமீசையின் அடியில் தெரிந்த வெளுப்பும் இன்னும் சில நிமிடங்களில் தொடங்க இருக்கும் பேரம்பேசலின் எந்தச் சுவடுகளுமற்று இளகிக்கிடந்தன.

அவனை அடைத்து வைத்திருந்த அறையுள் சின்னத் தடுப்புடன் கூடிய கழிப்பறையும் ஒரு கட்டிலும் மட்டும் வைக்கவே இடம் போதுமாக இருந்தது. கட்டிலில் படுத்திருந்து பார்த்தபோது எதிரே கிடந்த சுவரில் நிலமட்டத்தின் மேல் பதித்திருந்த கண்ணாடி மட்டுமே ஆசுவாசமாயிருந்தது. காலையில் அதனூடு அலைபுரண்டுவரும் ஒளிவெள்ளத்தை வைத்து அதைக் கிழக்கு எனக் குறித்தான். மரக்கட்டிலின் விளிம்பில் பெயர்கள் கூர் ஊசியால் கிறுக்கப்பட்டிருந்தன. கட்டிலையொட்டி சுவரில் அறையப்பட்டிருந்த மரச்சட்டத்தில் வெளிறித் தளர்ந்த முலைகளுடைய பெண்ணின் நிர்வாணப்படம் ஒட்டப்படிருந்தது. உப்பிய வயிற்றின் முடிவில் சிசேரியன் தளும்பும் மஞ்சளாய் மினுங்கியது. உடல்முழுவதும் கரும்புள்ளிகள் நெல்லிக்காயில்

சூத்தை போலச் சிதறிக் கிடந்தன. மேலே பின்னிரவுகளில் சில காலடியோசைகளும், சில கிசுகிசுப்புகளும் மட்டுமே அரிதாகக் கேட்கும். சாலையில் விரையும் வாகனங்கள் தார் வீதியில் உராயும் இரைச்சல் மட்டும் பின்னிரவு தாண்டியும் கேட்கும். இரவில் தடித்த கண்ணாடியில் தெரியும் நட்சத்திரங்கள் வட்டமாகவும், சுழன்றடிக்கும் தீக்கோளங்களாகவும் தெரிந்தன. அவை ஒன்றையொன்று விழுங்கும் வான்கோவின் நட்சத்திரங்கள் என்றான். அறையின் மூலையில் குண்டுபல்பு ஒன்று வெப்பமாக எரிந்தபடியிருந்தது. அதன் மெல்லிய கண்ணாடி ஓடு புகைப்பிடித்தது. அதனை அணைப்பதற்கான விசை வெளியிலிருக்க வேண்டும். அதிலிருந்து கசிந்த ஒளியில் அறை எப்போதும் இளமஞ்சளில் இருந்தது. முதல்நாள் இரவு கண்ணை இறுக்க மூடியதும் இளமஞ்சள் ஒளி கண்ணுக்குள் பிரகாசமாய் ஒளிர்ந்தது. அன்று மட்டும் தூக்கம்வர நெடுநேரம் எடுத்தது என்றான். நெடுஞ்சாலையில் விரைந்து செல்லும் வாகனங்களை எண்ணியபடி படுத்திருந்தேன் என்றான். அதன் பின்னர் ஒருபோதும் செம்மஞ்சள் ஒளி தொந்தரவாயிருக்கவில்லை என்றான். கண்ணை மூடியதும் அணைக்கவே முடியாதிருந்த மின்குமிழ்தான் கண்ணினுள் அணைந்தேவிட்டது என்றான்.

கதவு திறக்கும் சிறு சத்தத்தையோ அது பூட்டப்படும் ஓசையையோ ஒருபோதும் அவன் கேட்கவில்லை. இரண்டுநேரச் சாப்பாடும் சரியான நேரத்திற்குக் கதவருகில் எப்போதும் இருந்தது. இவ்வளவு ஏன் கதவு பூட்டியிருக்கிறதா என்று ஒருபோதும் திறந்துகூடத் தான் பார்க்கவில்லை என்றான். எப்படி நினைவுபடுத்திக் கொண்டாலும் அந்த இருபத்தியோராவது நாளின் பிற்பகல் மட்டும் சரியாக நினைவுக்கு வரமறுக்கிறது என்றான்.

நித்திரையில் இருந்தேனா அல்லது பின்னேர வானத்தின் குருதிச் சிவப்பைத் தடித்த கண்ணாடியில் பார்த்து லயித்திருந்தேனா எனச் சரியாகத் தெரியவில்லை, அந்தக் கம்பிமீசைக்காரனின் குரல் அறையின் இளமஞ்சள் இருளினுளிருந்து தீர்க்கமாக ஒலித்தது. ‘இன்னும் அய்ந்து நிமிடத்தில் நாம் புறப்படவேணும்’. கதவு திறந்த சிறுசத்தமுமின்றி திறப்பின் துளைவழி நுழையும் காற்றுப்போல அறையினுள் அவன் பிரசன்னமாகியிருந்தான். இளமஞ்சள் ஒளியில் அவன் முகம் தங்கம் போலச் சுடர்ந்தது.

கட்டளையிட்டு விட்டுத் தலையை 'வெடுக்' எனத் திருப்பிக் கொண்டான். அப்போது அவனின் தடித்த கம்பிமீசையினுள் புன்னகை அடர்ந்திருந்ததா? இல்லை, கோபம் மிச்சமிருந்ததா? தெரியவில்லை. ஆனால், இருபத்தியொரு நாட்களுக்கும் போட்ட இரண்டு வேளைச் சாப்பாட்டுக்கும் முந்நூற்றுப் பதினைந்து யூரோக்களையும் மேலதிகமாக எண்ணிவைத்த பின்னர்தான், என்னை அவனுடைய காரிலிருந்து கீழே இறங்கவிட்டான் என்றார் சித்தப்பா. முதல் வேலை கிடைத்து, முதலில் போட்ட சீட்டை எடுத்துச் சித்தப்பாவிடம் எண்ணி வைத்தது அந்த முந்நூற்று அஞ்சு ரூபாயைத்தான் என்றான். ஆனால் எனக்கு என்னமோ சித்தப்பாவையும் நம்பமுடியாது என்றான். என்னை ஏற்றுவதற்கு வந்த பெற்றோல் காசையும் அதற்குள் சேர்த்துவிட்டிருப்பார்.

தன் அழுக்குத் துணிப்பையைக் காரின் இருக்கையில் வீசிவிட்டு இவன் காரில் ஏறும்வரை சித்தப்பா ஒரு சிறிய கொப்பியைக் காரின் ஸ்ரேறிங்கில் வைத்துக் கணக்குகளைக் குறித்துக் கொண்டிருந்தார். இலக்கங்களின் அருகில் கூட்டல் குறிகள் இருந்தன. இவனைத் திரும்பிப்பார்த்துச் சிறு தலை அசைப்புடன் காரைக்கிளப்பினார். கார் முதல் வளைவில் திரும்பியதும் உதடுகளைக் குவித்துப் புன்னகைத்தார். 'அப்பன் இங்கை உனக்குக் கொஞ்சம் மூளை இருந்தா முப்பதாயிரத்தி முந்நூற்றுப் பதினைஞ்சு யூரோவையும் வெறும் ஆறு மாசத்திலை உழைச்சுப் போடலாம் என்ன? கொப்பரை மாதிரி இல்லாம இருந்தாச் சரி'

பின்னொரு ஞாயிற்றுக்கிழமையின் மாலையில் மரச்சட்டமிட்ட ஃபிரெஞ்சு மதுக்கூடத்தில் கோப்பையில் நிரம்பியிருந்த இளமஞ்சள் பியரை உறிஞ்சியபோது, ஃபிரான்ஸில் அவன் கழித்த அந்த முதல் இருபத்தியொரு நாட்களைக் குறித்துக் கேட்டேன். உறிஞ்சிய பியரைக் கவனமாக வட்ட அடித்தட்டில் வைத்துவிட்டு வாயைப் புறங்கையால் துடைத்தான். 'அது சித்தப்பன்ரை நூத்தியம்பது யூரோ பெற்றோல் காசுக்கு நடந்த பேரம்' என்றபடி வெளிவீதியை வேடிக்கை பார்த்தான். அந்த இருள்சூழ்ந்த அறை, அதன் மண்டிய வீச்சம் இன்னும் நாசிகளில் ஒட்டியிருக்கிறது என்றான்.

03

யாழ்ப்பாணத்தில்

வளைவில் திரும்பியபோது இருவர் சந்தியில் நின்று தினமுரசுப் பத்திரிகை விற்பதைக் கவனித்தான். அந்த மம்மல் இருளிலும் பத்திரிகை விற்பவர்களுக்கு இராணுவத்தினர் பாதுகாப்புக்காக நின்றிருந்தனர். இவன் அவர்கள் அருகில் வந்ததும் ஓரமாக நின்றிருந்தவன் வீதியின் நடுவில்வந்து சைக்கிள் கான்டிலில் கையை வைத்து இவனை மறித்தான். அவன் மிக நேர்த்தியாகத் தாடி மீசை மழித்திருந்தான் முகத்தோல் வழுவழுப்பாக இருந்தது. கட்டிலிருந்து உருவிய பத்திரிகையை விசிறியைப்போல் முகத்தின்முன் நீட்டினான். பேசாமல் அதை வாங்கிக் கரியரில் செருகினான். இருபது ரூபா கொடுத்துவிட்டு, சைக்கிளை ஒழுங்கையினுள் இறக்கி வைரவர் கோயிலை நோக்கிப் போனான். இருள்சூழ்ந்த கோயில் பிரகாரம் சலனமற்றுக் கிடந்தது. கருங்காலி மரத்தையொட்டி பிரிந்த ஒற்றையடிப்பாதையில் சைக்கிளை இறக்கியதுமே தூரத்தில் யாரோ கிணற்றில் நீரள்ளிக் குளிக்கும் சத்தம் கேட்டது. தெய்வாவாகத்தான் இருக்கவேண்டும் என்று நினைத்தான்.

தெய்வா வரும்வரை கல்வீட்டை ஒட்டிக்கிடந்த மண் திண்டில் காத்திருந்தான். இருள் இன்னும் படிந்துபோயிருந்தது. தெய்வா ஈர உடைகளை ஒரு பிளாஸ்டிக் வாளியில் நிரப்பித் தூக்கியபடி ஒற்றையடிப்பாதையில் வந்தாள். உலர்ந்துகிடந்த செம்பாட்டு மண் அவளின் நீரேறிய பாதங்கள் பட்டுக் குளிர்ந்துவந்தது. இவனின் திண்டில் சரித்துவிட்டிருந்த 'லேடிஸ்' சைக்கிளைப் பார்த்து, 'என்ன பூனையைப்போல பதுங்கி வந்திருக்கிறாய்?' என்றாள். ஈர உடைகளை உதறிச் சணல் கொடியில் நன்றாக விரித்துப் போட்டாள். இவன் எதுவும் பேசாமல் இடுப்பில் செருகியிருந்த சிவப்புப் பிஸ்டலை எடுத்து இருமுறைகள் திருப்பிப் பார்த்துவிட்டு திண்டின் மணலில் எறிந்துவிட்டு எழுந்து வீட்டினுள் போனான். குண்டுபல்பின் பிரகாச ஒளியில் ஒடுங்கிய விறாந்தையின் சுவர் அழுக்கேறிக் காரை பெயர்ந்திருந்தது. அதன் வெள்ளை பெயராத சாந்தில் கலர் பென்சில் கோடுகளும், குச்சியான மனித உருவங்களும் பல நிறங்களில் வரையப்பட்டிருந்தன. விறாந்தையின் ஓரத்தில் பவுண் நிறத்தில் சட்டமிடப்பட்டு ஒரு படம் கொழுவப்பட்டிருந்தது.

அதன் முன்னால் சிறுவிளக்கு புகைந்தபடியிருந்தது. படத்தின் நெற்றியில் இடப்பட்டிருந்த சந்தனப்பொட்டு வட்டமாகவும், உலர்ந்து நிறம் மங்கியுமிருந்தது. கண்ணுக்குக் கீழே சிறுபிறை வடிவத் தழும்பும் கத்தையான கம்பிமீசையினூடு தெரிந்த புன்னகையும் வசீகரமாயிருந்தது. மகிழ்ச்சி கொப்பளிக்கும் ஒரு துண்டுக் கணம் அதில் சலனமில்லாமல் உறைந்திருந்தது. சிவானந்தம் கதிரேசன் என்ற பெயரின் கீழ் மலர்வு 27.11.1969 என்றும் உதிர்வு - சூனியமாக வெறுமையாகக் கிடந்தது. சட்டமிடப்பட்ட படத்தில் விரிந்திருந்த சிவானந்தம் கதிரேசனின் கண்கள் விறாந்தை முழுவதுமாக வியாபித்திருந்தன.

பின்னொரு குளிர்கால இரவென்றின் மதுவிருந்தில் ஐஸ் துண்டுகளை கைகளால் மதுக்கோப்பைகளில் இட்டபோது இது தெய்வாவைப் போல குளிர்ந்திருக்கிறது என்றான். மதுவின் மெல்லிய போதையில் அந்த நாளின் இரவை, தெய்வாவைப் பின்னொருபோதும் மறந்ததில்லை என்றபடி ஐஸ்துண்டை வாயிலிட்டு மென்று விழுங்கினான். அன்றுதான் அவன் கடைசியாகத் தெய்வாவைப் பார்த்தது. குண்டுபல்பின் ஒளியில் அவள் நிழல் விறாந்தை முழுவதும் நீண்டிருந்தது. அன்று பின்னிரவு முழுவதும் அவனது ஒடுங்கிய மார்பின் முடிகளைக் கோதியபடியிருந்தாள். அவனுடைய கையைச் சுற்றிப் பயிற்றங்கொடி போலப் படர்ந்திருந்த நீண்ட தளும்பை வருடினாள். ‘தளும்புகள் குழந்தையின் மிருதுவான பாதங்கள் போலிருக்கின்றன’ என்றாள். தன் உடைகளைக் களைந்துவிட்டு நிர்வாணியானபோது தளர்ந்திருந்த இவனின் குறியில் குருதியின் உள்ளோட்டத்தை உணர்ந்தான். அவளின் தளர்ந்த உடலில் தொய்ந்த மார்புகள் மேடிட்ட வயிற்றில் படிந்து போயிருந்தன. நீண்ட தழுவலின்பின் இவள் குளிர்ந்து பனிக்கட்டியாகி அவனுடலில் உருகிக் கொண்டிருந்தாள். உருகி... உருகி... அவனுடலில் கரைந்துபோகும் ஆவேசம் அவ்வுடலிலிருந்தது. தான் முதன்முதலில் இலக்குத் தவறாமல் சுட்டு வீழ்த்திய பெயர் தெரியாத குருவியை நினைத்துக் கொண்டான். அது குருதிவடியும் தசைப்பொட்டலம்போல புல்தரையில் விழுந்துகிடந்தது. இவன் குறி விறைக்கவில்லை. தளர்ந்த குறி வேண்டாத தசைத் திரட்சி போல வதங்கிக்கிடந்தது. ‘அதுவொரு ரவுண்சைப்போல உள்ளே பதுங்கிவிட்டது’ என்றான். தான் சுட்டு வீழ்த்திய பாடசாலை அதிபரின் கடைசிச் சொற்களை நினைவிலிருந்து

எடுக்க முயன்றான். ‘அப்பன் நான் உம்மடை அப்பா மாதிரித்தான், ஆயிரம் குழந்தைகளின் அப்பா’. இரத்த நாடிகள் விரிந்து மூளைக்குள் இரத்தம் இளஞ்சூட்டுடன் படர்ந்தது. குறி விறைக்கவில்லை. ‘ஆம் உன் கைகளின் இளஞ்சூடு என் குறியில் படரும்வரை அது விறைக்கவேயில்லை. இரத்த நாடியின் இரகசியமுடிச்சு அவிழ்ந்தது போலிருந்தது அன்று உன் தொடுகை’ என்றான்.

சரியாக ஒரு வாரத்தின் பின்னர் தெய்வாவின் அழுகி உருக்குலைந்த உடலை வீட்டை உடைத்து ஊர்மக்கள் எடுத்ததாகப் பத்திரிகைச் செய்தியில் வாசித்ததாகச் சொன்னான். அப்போது... தான், தெய்வா வீட்டிலிருந்து பல மைல் தூரத்தில் தெரிந்தவரின் வீட்டுகூரைக்குள் பதுங்கியிருந்ததாகச் சொன்னான். நாட்டைவிட்டுத் தப்பிச்செல்லும் கலவையான எண்ணங்கள் சூழ்ந்த நாட்களவை என்றான். மேற்கூரை இருளினுள் பத்திரிகையில்வந்த உருக்குலைந்த அவளுடலின் புகைப்படத்தை மிகக் கவனமாகச் சோதித்தபோதும் அதில் ரவுண்ஸ் பாய்ந்த இடத்தைத் தன்னால் அடையாளம் கண்டுகொள்ள முடியவில்லை என்றான். அது அவளின் மார்பில்தான் பாய்ந்திருக்க வேண்டும் என்றான். புகைப்படத்தில் மார்பு கரைந்து போயிருந்தது. ஆனால் அவ்வுடல் பரிசுத்த நிர்வாணமாக இருந்தது, அதன் தசைகள் உருகிக்கிடந்தாலும் அது தெய்வாவைப்போல இருந்தது என்றான். உதடுகள் ஏதோ சொல்லவருவதுபோல இழுபட்டு இருந்தன. தெய்வாவிற்குத் தண்டனையை உறுதிப்படுத்தி மேலிடத்திலிருந்துவந்த நான்காவது கடைசிக் கடிதத்தை இங்குவரை பத்திரமாக எடுத்து வந்ததாகச் சொன்னான்.

04

முடிவு

இவன் இருபத்தியொராவது நாளில் விசாரணை மன்ற வாசலில் ஒட்டப்படும் முடிவைப் பார்க்கப் போகவில்லை. ‘எப்படியும் விசாக் குடுக்கத்தானே வேணும், நான் சொன்ன கதை அப்பிடி நம்பாமல் இருக்க முடியாது’ என்றுவிட்டு என்னைப் பார்த்துச் சிரித்தான். முப்பது நாட்களின் பின்னர் அரசாங்க இலச்சினை பொறிக்கப்பட்ட கடிதத்துடன் வீட்டிற்கு வந்திருந்தான். அதை

என்னிடம் வாசிக்கக் கொடுத்துவிட்டு எதிரிலிருந்த சோபாவில் தலைகுனிந்து அமர்ந்திருந்தான். 'திருவாளர் சிவானந்தம் கதிரேசன் ஆகிய உங்களுக்கு நாங்கள் அறிவிக்கிறோம், நீங்கள் நாட்டிற்குத் திரும்பிச் செல்வதால் உங்களுக்கு உயிராபத்து இருக்கிறது என்பது தெளிவாகியுள்ளது. ஆகவே உங்களுடைய அரசியல் அகதித் தஞ்சக் கோரிக்கையை ஏற்றுக்கொள்ள நாங்கள் முடிவெடுத்திருக்கிறோம். உங்கள் நாட்டில் நிலைமைகள் சீரடையும்வரை இங்கே தற்காலிகமாகத் தங்கியிருக்கும் வதிவிட உரிமையை வழங்குவதில் நாங்கள் மிகுந்த மகிழ்ச்சியடைகின்றோம். இழந்த உங்கள் குடும்பத்திற்கும் மனைவி தெய்வதர்சினிக்கும் எங்கள் ஆழ்ந்த வருத்தங்கள். நல்வரவு'.

● மார்கழி 2016

Rue Albert Camus

01

பெண் கரும்புலியின் கை மிகவும் குளிர்ந்திருந்தது. 'எப்படிக் கண்டுபிடித்தாய் இந்தப் பதுங்குகுழியை?' என்றபடி எதிரிலிருந்த ஊதா நிறச் சோபாவைக் காட்டினாள். மெல்லிய சாம்பல்நிற மேற்சட்டையில் அவளது முலைகள் மிகச்சிறியதாக மேடிட்டிருந்தன. குட்டையான உருண்ட தேகம். சுருள்முடி கட்டையாக் கத்தரிக்கப்பட்டிருந்தது. மிகச் சுத்தமாகத் துடைத்து பளபளப்பாகப் படிந்திருந்த மார்பிள் தரையில் அவள் பாதங்கள் வாத்துப்போல் வழுக்கிச் சென்றன. எதிரிலிருந்த சோபாவின் குஷனில் முழுவதுமாகப் புதைந்தது அமர்ந்தாள். 'உனது வீடு புதிர்ப்பாதையின் சுழல்வட்டம் போலிருந்தது. நான் அதைக் கவனமாகத் தேடித்தேடிச் சலித்துப்போயிருந்தேன். பதினோராம் இலக்கக் கட்டிடத்தைத் தொடர்ந்து எப்போதும் பதினைந்தே வந்தது. உன்னுடைய பதின்மூன்றாம் இலக்கம் ஒருபோதும் வரவில்லை. நான் வழிதெரியாது நடுவீதியில் திக்கற்று நின்றிருந்தேன். அப்போதுதான் என் எதிரில் அவர் நிலத்தில் எதையோ தேடியபடி வந்தார். அவரிடம் கசங்கிய காகிதத்தில் எழுதப்பட்ட உன் முகவரியைக் காட்டினேன். அது நனைந்து ஈரலிப்பாக இருந்தது. அவர் மெல்லிதாகப் புன்னகைத்தபடி 'உன் எதிரில்தானே இருக்கிறது நீ எங்கே தேடிக் கொண்டிருந்தாய்' என்றார். நான் என் எதிரில் சுற்றுமுற்றும் பார்த்தேன். அடியில் புகைபடிந்த இரண்டு வெளிர்நீலக் கட்டிடங்கள் மாத்திரமே தெரிந்தன. 'அதோ அங்கே' என்றபடி அவர் தனது இடதுகையைத் தூக்கி அந்த இரு வெளிர்நீலக் கட்டிடங்களின் இடைவெளியில் தனது சுட்டுவிரலினால் சுட்டினார். கட்டிங்கள் நீரைப்போல் இரண்டாகக் கிழிந்து வழிவிட்டன போலிருந்தது. உனது வீட்டின் பதின்மூன்றாமிலக்கம் மரப்பலகையில் புடைப்பாகச்

செதுக்கப்பட்டிருப்பது பனிப்புகாரினூடு மங்கலாகத் தெரிந்தது. அதன்கீழே கலங்கியிருந்த உனது பெயரை என்னால் ஒருபோதும் வாசிக்க முடியவில்லை. அவரும் என் கூடவே உன் வீட்டிற்கு வந்திருக்கிறார். அனுமதிக்காக வீட்டின் வெளியே குளிரில் காத்திருக்கிறார்'.

முகத்தில் ஆச்சரியம் படர, சோபாவிலிருந்து எழுந்து எட்டி வெளிவாசலைப் பார்த்தாள். கைகளை உரசியபடி காம்யூ உள்ளே வந்தார். குளிரில் அவருடைய காதுகள் சிவந்திருந்தன. கால்வரை நீண்டிருந்த சாம்பல்நிறக் குளிரங்கியில் மிடுக்கன் போலிருந்தார். ஏறுநெற்றியில் தலைமுடிகள் கலைந்திருந்தன. தனது வசீகரமான புன்னகையில் வணக்கம் சொல்லியபடி அவளுக்குக் கைகளைக் கொடுத்தார். 'நாம் யாராலும் நேசிக்கப்படாத துரதிர்ஷ்டமான காலத்திலிருக்கிறோம்' என்றபடி அவருடைய கைகளை அழுந்தக் குலுக்கினாள். அவர் 'இது பயங்கரங்களின் காலம் நாம் துரதிர்ஷ்டசாலிகளும் கூடவே' என்றபடி அவளின் முதுகில் மெதுவாக வருடினார். 'அவர்கள் வந்ததும் நான் கிளம்பிவிடுவேன் தொந்தரவிற்கு மன்னிக்கவும்' என்றார். அவர் மிகவும் பதட்டத்துடன் இருப்பது போலிருந்தது. தன்னுடைய கைகளை அடிக்கடி அழுந்தத் தேய்த்துக் கொண்டார். குளிரிலும் நெற்றியில் சில வியர்வைத்துளிகள் அரும்பி மினுங்கின. இருக்கையின் நுனியில் அமர்ந்தவர் உடனே எழுந்து சன்னல் அருகே சென்றார். வெளியே கண்ணாடிச் சன்னலில் விரிந்திருந்த பூங்காவைப் பார்த்தார். அதன் நடுவில் இரண்டு இரும்பு ஊஞ்சல்கள் அசைவற்றுக் கிடந்தன. தூரத்தில் ஒரு நாய் முட்புதரை மோப்பம் பிடித்தபடி மூக்கினால் ஈரலிப்பான இலைகளைப் புரட்டிப் போட்டபடியிருந்தது. உடைந்த சைக்கிளின் பாகங்கள் மூலையில் குவிக்கப்பட்டிருந்தன. சில எரிந்த கரியமரங்களின் அடிப்பாகங்கள் வாய்பிளந்து நிலத்தில் கிடந்தன. குழந்தையின் மென்நீல உள்ளாடை ஒன்று காற்றில் அலைந்தபடியிருந்தது. 'நேரங்கடந்து கொண்டிருக்கிறது அவரை இன்னும் காணவில்லை. ஒருவேளை உயிரோடு இல்லாமலும் இருக்கலாம்' என்றார். பூங்காவின் வடகிழக்கிலிருந்த சிறிய மரப்புதர்களை விலக்கி ஒற்றையடிப்பாதையின் விளிம்பில் உரக்கப்பேசிச் சிரித்தபடி சிலர் வருவது தெரிந்தது. உடல் மெலிந்து குளிரில் ஒடுங்கிய அவர்களின் உதடுகள் வெடித்திருந்தன. அவர்களின் தடித்த ஆடைகள் வர்ணம்

உதிர்ந்து வெளிறிக்கிடந்தன. அதில் மிகவயதான மூதாட்டி அழகான கம்பளியாடை அணிந்திருந்தார். காம்யூவின் முகத்தில் மெல்லிய ஒளிபடர்ந்தது. ஒடுங்கிய கன்னத்தின் தோல்கள் சுருங்கச் சிரித்தார். 'அதோ அவர் வந்துவிட்டார் குளிரில் மிகவும் ஒடுங்கிப்போய் விட்டார். குளிரும் ஒரு சிறிய யுத்தம் போலத்தான் நம்மை சூழ்ந்துவிடுகிறது'

'குளிர் தடித்த பெண்ணின் தசைகளாகி எம்மை இறுகக் கட்டிக் கொள்கிறது'

'இல்லவே இல்லை அது கந்தகவாசனை நிரம்பிய வெடிமருந்தைப்போல எல்லோரையும் அமானுஷ்யமாகச் சூழ்ந்திருக்கிறது'

காம்யூ அவசரமாகத் தனது சாம்பல்நிறக் குளிரங்கியைச் சரி செய்து கொண்டார். 'நான் போயாக வேண்டும், எனக்கு பாலும் வாட்டிய பாணும் கொஞ்சம் பழங்களும் வேண்டும்?' மேசையில் கண்ணாடிக் கிளாஸில் இருந்த செம்மஞ்சள் பழச்சாறை எடுத்து ஒரே மடக்கில் குடித்தார். அவள் எழுந்து சமையலறைக்குச் சென்றாள். அவளது கால்கள் மார்பிளில் வழுக்கிச் சென்றன. காம்யூ பூங்கா மூலையில் வர்ணம் உதிர்ந்தவர்கள் வரும் திசைநோக்கிக் கையசைத்தார். அவர்கள் இவருடைய இருப்பை உணர்ந்து கொள்ள முடியாதபடி தடித்த கண்ணாடிக்கு அப்பாலிருந்தனர். அவருக்கு நேர்பின்னால் சுவரில் பெரிய நீர்வர்ண ஓவியத்தின் அச்சுப்பிரதி மாட்டப்பட்டிருந்தது. ஒற்றைக் கண்ணை மூடியபடி எதிரிலிருப்பவரைத் துப்பாக்கியால் குறிபார்க்கும் ஓவியத்தின் மட்டமான பிரதி. அதன் ஓரங்களில் மரச்சட்டமிடப்பட்டிருந்தது. அதன் இருப்பு மரச்சட்டத்தையும் மீறி வழியும் எண்ணெய்யின் சாயலிலிருந்தது. துப்பாக்கியின் குண்டு வெளியேறும் குழல் வட்டமாக உள் சிறுத்துச்சென்று இருளினுள் மறைந்திருந்தது. துப்பாக்கியின் விசை அழுத்தும் நொடியில் ஓவியம் பதிவாகியிருந்தது. ஓவியத்தின் நேரெதிரில் நின்றால் அந்தத் துப்பாக்கி துல்லியமாக நெற்றிப்பொட்டில் குறிபார்க்கும் கச்சிதத்தில் சுவரில் மாட்டப்பட்டிருந்தது. பூங்காவை வேடிக்கை பார்த்தபடியிருந்தால் அது சரியாகப் பிடரியைக் குறிபார்க்கும். காம்யூவைத் துப்பாக்கி பிடரியில் குறிபார்த்தபடியிருந்தது.

ஓவியத்தின் கீழ்விளிம்பில் பத்திரிகையிலிருந்து கத்தரிக்கப்பட்ட உள்ளங்கையளவு புகைப்படம் செருகப்பட்டிருந்தது. அதில் உருக்குலைந்த காரின் அருகில் இரண்டு உயிரற்ற உடல்கள் கிடந்தன. காரின் முன்கண்ணாடி முழுவதுமாகச் நொருங்கிச் சிதறிக்கிடந்தது. அதன் கரிய இரும்புடலில் சல்லடைபோல துளைத்த காயங்களிருந்தன. அருகே முகம் சிதைந்த உடலின் ஆடைகள் மடிப்புக்கலையாமல் அழகாக இருந்தன. கைகள் மடித்துவிட்டிருந்த சேட்டில் திட்டுத்திட்டாகக் கரும்புள்ளிகள் சிதறியிருந்தன. அதன் ஒற்றைக்கால் செருப்பில்லாமல் மடங்கிக்கிடந்தது. சிதைந்த முகத்திலிருந்து விரிந்த அம்புக்குறியின் ஆரம்பத்தில் சிறிய சதுரத்தில் வசீகரமாகப் புன்னகைக்கும் ஆணின் படமிருந்தது. நேரான பற்களும், தடித்த உதடுகளும் சிரிக்கும்போது எடுப்பாக இருந்தன. முகத்தில் மெல்லிதாகத் தாடி அரும்பியிருந்தது. அருகே மற்ற உடல் முற்றாகச் சிதைந்துகிடந்தது. அதன் ஆடை கிழிந்து திறந்திருந்த மார்பில் சிவந்த இரு குழிகளிருந்தன. முகம் முற்றாகச் சிதைந்திருந்தது. அந்த மெல்லிய வாடலான உடல் காற்றில் அசைவது போலிருந்தது.

காம்யூ பழங்களையும் பாலையும் வாட்டிய பாணையும் பிளாஸ்ரிக் பையில் இட்டபடி பூங்காவின் ஒற்றையடிப் பாதையில் விரைந்து செல்வதைக் கண்ணாடிச் சன்னலூடு பார்த்தபடியிருந்தாள். அழகான கம்பளி ஆடையணிந்திருந்த முதியவள் காம்யூவை நோக்கிக் கையசைப்பது போலிருந்தது. அவர்களின் இருப்பை உணர்ந்துகொள்ள முடியாதவராய் அவர்களைக் கடந்துசென்றார் காம்யு. ‘எதற்காக இவ்வளவு தூரம் வந்திருக்கிறாய்?’ எனக்கேட்டாள். பூங்காவை வேடிக்கை பார்த்திருந்த அவள் கண்கள் காம்யுவைத் தொடர்ந்தபடியிருந்தன. இப்போது துப்பாக்கி அவளின் பிடரியைக் குறிபார்த்திருந்தது.

2

கரும்புலித் தாக்குதலுக்காகத் தங்கியிருந்த நகரின் ஒதுக்குப்புறமான விடுதியைப் பற்றிக் கேட்டபோது ‘அது கிழட்டு வேசையின் யோனியை ஒத்திருந்தது’ என்றாள். விடுதியின் இரும்புக்கதவின் அருகில் இருந்த சன்னலற்ற

அறையில் முதல்நாள் தனது பெயரைப் பதிவுசெய்ய நீண்டநேரம் காத்திருக்க வேண்டியிருந்தது. வெறும் மேலுடன் சிறிய பனையோலை விசிறியால் விசிறியபடியிருந்த வயதான விடுதியாளன் அதிகம் பேசாதவனாக இருந்தான். அவனுடைய கண்களின் கீழ்த்தோல் தடித்திருந்தது. அறையினுள் பிசுபிசுக்கும் வியர்வைநெடி இறுகியிருந்தது. அவனின் நீலநிறச் சட்டை சுவரிலிருந்த ஆணியில் தொங்கியது. அதன் உள்ளே கசங்கிய ஆணின் உள்ளாடையொன்று சுருண்டு கிடந்தது. இவளது கண்களைத் தவிர்த்துவிட்டு அவளது சிறிய முலைகளை நீண்டநேரம் உற்றுப் பார்த்தபடியிருந்தான். வலது கண்ணின் கீழான தசை மெதுவாகத் துடித்தபடியிருந்தது. இவளுடைய அடையாள அட்டையின் பிரதியையும் ஊரின் முகவரியையும் ஒன்றுக்கு இரண்டுமுறை கேட்டுச் சரிபார்த்தான். இவள் இங்கு வந்திருப்பதன் காரணம் குறித்துத் துருவித்துருவிக் கேள்விகளைக் கேட்டான். 'பிரான்சுக்குப் போகப்போறன் அங்கைதான் எண்ட மனுசனிருக்கிறார் கொஞ்ச நாளில விசா வந்திடும்' அடையாள அட்டையின் விபரங்களைத் தனது சிறிய கொப்பியின் வலது மூலையில் எழுதியிருந்த பதின்மூன்றாம் இலக்கத்தின் கீழ் சிவப்பு மசியால் பிரதியெடுத்தான். பொலிஸ் பாஸின் பிரதியை அய்ந்து நாட்களுள் தரும்படி சொல்லிவிட்டு, தனது கைகளை மெல்லிய வெள்ளைத்துணியில் துடைத்தான். மரமேசையின் இழுப்பறையைத் திறந்து பதின்மூன்றாம் இலக்க அறையின் திறப்பை எடுத்து அவளிடம் கொடுத்தான். அது கோயிற் திறப்புப் போல கனமாகவும் நீண்டதாகவுமிருந்தது. திறப்புத் துவாரம் துருவேறிக்கிடந்தது. கதவைத்தள்ளி அறையைத் திறந்தபோது நெடுநாட்கள் திறக்கப்படாமல் இருந்தது போன்ற உளுத்த வாசனை உள்ளிருந்து வந்தது. நாட்களில் அந்த வாசனை பழகிப்போனது.

சில நாட்களின் பின்னரான ஓர் இரவில் இவள் நேரம் கடந்து ஓட்டோவிலிருந்து இறங்கி வருவதை முதிய விடுதியாளன் இரும்புக்கதவின் பின்னாலிருந்து பார்த்தபடியிருந்தான். அவனுடைய மேற்சட்டையில்லாத வெற்றுடம்பு இருளில் நிழலுருவமாகவே இவளுக்குத் தெரிந்தது. ஒன்றும் சொல்லாமல் இரும்பு நிலத்தில் உராயும் சத்தத்துடன் இரும்புக்கதவைத் திறந்துவிட்டவன் இவள் அறையினுள் சென்று கதவைச் சாத்தும் வரை வாசலிலேயே நின்றிருந்தான். 'அன்றுதான், நான் அழிக்க

ஆனைக் கோடரி | 49

வேண்டிய இலக்கைக் கண்டுபிடித்தேன் மூன்றுமாதத் தேடுதல் முடிவிற்குவந்தது தன்னுடையை முடிவைத் தானே தேடிவந்தவன் போலிருந்தான்' என்றாள். இவள் தேநீர் விடுதியின் உள் ஓரமாக இருந்த பிளாஸ்டிக் இருக்கையிலிருந்து அகன்ற வீதியை வேடிக்கை பார்த்துக் கொண்டிருந்தாள். முன்னால் வைக்கப்பட்டிருந்த பழச்சாறு குளிர்ந்திருந்தது. அருகிலிருந்தவன் அடிக்கடி வீதியோரமாகக் காறி உமிழ்ந்தபடியிருந்தான். அவனுடைய மேசையிலிருந்த பால்தேநீர் ஆறிக் கடும் நிறத்தில் தடித்த ஆடை படர்ந்திருந்தது. உமிழ்ந்த இடைவெளியில் பத்திரிகையை வாசித்தான். வீதியில் ஓரமாக நிறுத்தப்பட்டிருந்த லொறியை இராணுவத்தினர் சோதனையிட்டுக் கொண்டிருந்தனர். லொறியில் வந்த மூவரும் வீதியை ஒட்டிக்கிடந்த சிறிய புல் தரையில் குந்தியிருந்தியிருக்க வைக்கப்பட்டிருந்தனர். அவர்கள் பீடி புகைத்துக் கொண்டிருந்தனர். அவர்களின் பின்னால் சில இராணுவத்தினர் துப்பாக்கிகளோடு நின்றிருந்தனர். வீதியால் செல்லும் வாகனங்கள் லொறியினருகில் மெதுவாகி விரைந்து கொண்டிருந்தன. வீதியோரமாக நின்றிருந்த இராணுவத்திலொருவன் வோக்கி-டோக்கியின் சிறு முனையைத் திருப்பியபடி தன் முகத்தின் முன்னால் பிடித்தபடியிருந்தான். வோக்கி-டோக்கியிலிருந்து கரகரத்த குரல்களின் இரைச்சல் கேட்டது. அப்போது பின்னாலிருந்து அக்குரல் கேட்டது. 'நாம் இரவுணவை ஒன்றாக அருந்தலாமா விரும்பினால் இங்கேயே' நிமிர்ந்து குரல்வந்த திசையில் பார்த்தாள். நேரான பற்களில் சிரித்த முகம் நேர்த்தியான ஆடை அணிந்திருந்தது.

பதின்மூன்றாம் இலக்க அறைக்கு அவன் அடிக்கடி வந்து செல்லத் தொடங்கியபின் மாலைகளில் முதிய விடுதியாளன் சன்னலற்ற அறையைவிட்டு வெளியில் வருவதில்லை. அறையின் இருள் மூலைக்குள் முடங்கி இருந்தான். இவள் ஒருமுறை வாடகை கொடுக்கச் சென்றிருந்தபோது அவனது உடல்மொழியில் குழைவு தெரிந்தது. இருக்கையிலிருந்து எழுந்து காசை வாங்கி இழுப்பறையில் பத்திரமாக வைத்தான். அவனுடைய உடலிலிருந்து சதைகள் அழுகிய வாசனைவந்தது. 'தயவு செய்து ஆணுறைகளை மலக்குழியில் எறியவேண்டாம், நீ பிரான்ஸ் செல்வதற்கு இன்னும் சில மாதங்கள் எடுக்கும். அதுவரை மலக்குழி அடைக்காதிருக்கட்டும்' என்றான். வெள்ளைத் துணியில் கையைத் துடைக்கவும், அவளது சிறிய

முலைகளை உற்றுப்பார்க்கவும் மறக்கவில்லை. துளைகளை அடைத்துச் செல்லும் ஆணுறைகளைக் குறித்த அறிவுரையை அவனிடம் சொல்லியபோது 'சீழ்பிடித்த கிழட்டு மூடன் கற்பனையிலேயே வாழ்ந்துவிடுகிறான். நாம் இன்னும் முத்தமிடவே தொடங்கவில்லை அன்பே' என்றான். 'அன்று நாம் நெடுநேரம் முத்தமிட்டுக் கொண்டோம்'. ஊதா மேற்சட்டையின் தெறிகளைக் கழட்டியபோது அவளது மிகச்சிறிய முலைகள் மேசைவிளக்கின் இருளில் அசைவற்றுத் தெரிந்தன. நிமிர்ந்து இவளது முகம் பார்த்தவன் கண்களை இறுக மூடினான். அவனது முகத்தில் கடுமைகூடியது. மேசை விளக்கின் மென்னொளி முலைகளில் பிரதிபலித்தது. சுவர்ப் பக்கமாகத் தலையை வெட்டித் திருப்பினான். 'தயவுசெய்து அவைகளை மூடு அவை அம்மாவின் முலைகளை நினைவுபடுத்துகின்றன' என்றான். குரல் கட்டளையிடும் தொனியிலிருந்தது. இவள் சடுதியில் முலைகளை மறைத்துக் கொண்டாள். பின்னொருபோதும் அவிழ்க்கப்படாத முலைகளின் வியர்வையை உணர்ந்தபடியே அவள் அவனுடன் முயங்கிக்கிடந்தாள்.

மிகச் சிறிய வெடிமருந்துப் பட்டியை முலைக் கச்சைக்குள் பொருத்தியபோது முலைகள் குளிர்ந்தன. இயக்குவதற்கான சிறிய விசையை மோதிரவிரலின் இடுக்கில் மறைத்துக் கொண்டாள். உடலோடு உருகிப் பிணைந்த தசைத்துண்டுபோல முலைகளின் மேல் கிடந்தது சிறிய சாம்பல்நிறப்பட்டி. 'எனக்கான கட்டளை இன்னும் கிடைக்கவில்லை. ஆனாலும், நான் எப்போதும் வெடிக்கும் நிலையிலிருக்க வேண்டும். அதுதான் நமக்கான முதற்பாடம்' அன்று அவன் நேரம் மிகவும் பிந்தியே வந்திருந்தான். ஆடைகள் கலைந்து வியர்வையில் நனைந்திருந்தன. கண்கள் சிவந்திருந்தன சாராயத்தின் நெடி வீசியது. பெருவிடாய் கொண்டவனாய் மேசையிலிருந்த போத்தல் தண்ணீரைக் குடித்தான். அவனுடைய தொண்டையினுள் நீரூற்று விழும் ஓசைகேட்டது. அவிழ்க்கப்படாத அவளுடைய முலைகள் இரகசியங்கள் நிரம்பிய கிடங்குபோல இறுகிக்கிடந்தன. தகிக்கும் நெருப்பின் குழம்பாகவும், குளிர்மையாகவும் முலைகளை உணர்ந்த பொழுதில் ஒருநாளும் தட்டப்படாத பதின்மூன்றாம் இலக்க அறையின் கறள் பிடித்த கதவுகள் தட்டப்பட்டன. அவள் எழுந்து சென்று கதவைத் திறந்தாள். வெற்றுடம்பில் விடுதியாளன் இருளில் நின்றிருந்தான்

ஆனைக் கோடரி | 51

'மன்னிக்கவும் இன்று நான் வெளியில் செல்லவேண்டும் இரும்புக் கதவைப் பூட்டுவதற்கான நேரம் வந்துவிட்டது'. அவன் எழுந்து ஏதும் பேசமால் கதவை அறைந்து சாத்திவிட்டுச் சென்றான். அறையின் இருளில் சாராயத்தின் நெடி அவளின் நாசிகளில் நெடுநேரம் கரித்தபடியிருந்தது.

விடுதியாளனின் சன்னலற்ற அறையில் தூதரகத்திலிருந்து இவளுக்கான விசா வந்திருந்தது. அந்தப் பழுப்புநிற உறையை இவளுக்கு முன்னால் வீசிவிட்டுக் குனிந்து தனது சிறிய தாளில் குறித்தபடியிருந்தான். முகத்தில் கடுமை கூடியிருந்தது. பழுப்பு உறையுள் சிவப்பு மையால் அனுமதி வழங்கப்பட்டிருந்தது. அன்றிரவும் அவன் நேரம் பிந்தியே வந்திருந்தான். கந்தக வாசனை நிரம்பிய சாம்பல் நிறப்பட்டியின் குளிர்மையை முலைகளில் உணர்ந்த ஒரு நொடியில் மோதிர விரலிலிருந்த விசையை அழுத்தினாள். விசை மிக மிருதுவாகத் தன்னுள் அழுந்திக் கொண்டது. அறை பெருவெடிப்பின் முன்னரான நிசப்தத்தில் மூழ்கிக்கிடந்தது. அவன் தன் அம்மாவின் முலைகளை நினைவுறுத்தும் அவளின் முலைகளை விலத்தி விலத்தி முயங்கினான். 'அவன் போன பிறகும் துரதிர்ஷ்டம் பிடித்த அந்த விசையைப் பல தடவைகள் அழுத்திப் பார்த்தேன். பலமுறை சரிபார்க்கப்பட்ட விசையது அன்று பிசகிவிட்டது, எங்கோ அதன் இணைப்புப் பிரிந்திருக்க வேண்டும்'. நான் ஓவியத்தின் மூலையில் செருகப்பட்டிருந்த உள்ளங்கையளவு புகைப்படத்தைப் பார்த்தேன். 'நாங்கள் ஒரு பங்கருக்குச் சாத்தியமான அத்தனை வழிகளிலும் வளை தோண்டியபடியிருப்போம் அதுதான் எங்கள் தனித்துவம்' என்றாள்.

03

அரசியல் கூட்டம் போடவந்த பள்ளிக்கூடத்தைத் தேடி அலைந்து சலித்துப் போயிருந்தாள். சைக்கிளில் வந்த இளந்தாரியை மறித்துக் கடுதாசியில் எழுதப்பட்டிருந்த முகவரியைக் காட்டிக் கேட்டாள். 'எது அந்தப் பள்ப் பள்ளிக்கூடமா?' என்றான். அவன் கைநீட்டிய திசையில் பள்ளிக்கூடத்தின் பெயர் தாங்கிய இரும்பு வளைவு பூவரசம் கதியால் இடையே

தெரிந்தது. பள்ளிக்கூடம் பிரதான வீதியின் அருகே சரிவில் இருந்தது. அதன் வடக்கு வேலி அருகே வெள்ளவாய்க்கால் இலந்தைப் புதர் மூடித் தூர்ந்திருந்தது. பள்ளிக்கூடத்தின் முன்னால் சினிமா தியேட்டரும், பளபளப்பான புத்தகக் கடைகளும் இருந்தன. மினித் தியேட்டரின் முன்னால் கிடந்த தட்டியில் மேற்சட்டையில்லாத ஆணின் 'போஸ்டர்' ஒன்று ஒட்டப்பட்டிருந்தது. எண்ணெய் வடியும் பளிங்கு உடலில் நரம்புகள் அதீதமாகப் புடைத்திருந்தன. சாராய பாரின் ஓரமாகச் சில சைக்கிள்கள் சரித்து விடப்பட்டிருந்தன. பாடசாலையின் வாசல் இரும்புக்கதவு திறந்துகிடந்தது. வாசலுக்கு வந்து உப-அதிபர் அவர்களை வரவேற்றார். பிள்ளைகளின் இரைச்சல் வாசலில் நுழையும்போதே தூரத்தில் கேட்டது. வகுப்பறைக் கட்டிடங்கள் அடியில் தூர்ந்து கிடந்தன. சதுரச் சதுர வகுப்பறைக் கட்டிடங்களின் நடுவில் புழுதி பறக்கும் சிறிய வெட்டைகிடந்தது. நிலத்தைக் கிழித்த வழுவழுப்பான கற்கள் வெட்டை முழுவதும் வெண்திட்டுகளாகக் கிடந்தன. நீர்க்குழாயிலிருந்து தண்ணீர் சிறுசிறு கோளக்குண்டுகளாக விழுந்தபடியிருந்தது. அந்தக் குழாயைச் சுற்றி நிலத்தில் ஈரலிப்பும் வெளிர்பச்சை இலைச் செடிகளும் வளர்ந்திருந்தன. சிறிய மண்டபத்தில் பிள்ளைகள் நெருக்கிச் சீமெந்து நிலத்தில் அமர்ந்திருந்தனர். ஆண்களையும் பெண்களையும் பிரிக்கும் ஓரடி அகலமான இடைவெளி மிக நேராகவும் துல்லியமாகவும் பின் இருக்கைகள் வரை நீண்டிருந்தது. பின்னால் இருந்த கதிரைகளில் ஆசிரியர்கள் அமர்ந்திருந்து வெளியில் பார்த்தபடியிருந்தனர். அதிபர் கைகளைப் பின்புறமாகக் கட்டியபடி மண்டபத்தின் குறுக்கும் நெடுக்குமாக நடந்தபடியிருந்தார். அவரது கையிலிருந்த சிறிய பூவரசம் பிரம்பின் நுனி சிதம்பிக்கிடந்தது.

'பிள்ளைகளே இதுதான் தொடக்கமும் முடிவும், கூடவே கடைசிச் சண்டையும்' மாணவர்களின் இரைச்சல் படாரென அறுந்து பேரமைதி மண்டபத்தைச் சூழ்ந்தது. அருகில் தெரியும் தோட்டங்களில் சோளப்பொத்தி அறுக்கப்பட்ட சோளக் கட்டைகள் காய்ந்து காற்றோடு அரையும் சத்தம் மட்டுமே சன்னமாகக் கேட்டது. நெடுநேரமாகச் சோளக்கதிர்கள் அரையும் சத்தத்தினூடே பேசியபடியிருந்தாள். வரலாற்றின் இடுக்குகளிலிருந்து கசப்பேறிய வன்மம்மிக்க சொற்களைத் தேடித் தேடி எடுத்தாள். சொற்கள் குருதியின் பிசுபிசுப்பில் வாளின்

பளபளப்பில் வந்தன. இருளிலிருந்து மிகச் சன்னமான ஒளியைக் கையிலேந்திவரும் இலாவகம் சொற்களிலிருந்தது. கேட்டுக் கேட்டுப் புளித்துப்போன செய்திகளைப் புதிய வார்த்தைகளில் பிரசவித்தாள். மெல்லிய உப்புத்தூவிய தேசிக்காய்த் தண்ணீரை ஒரே மடக்கில் குடித்தபோது உடல்முழுவதும் குளிர்மையை உணரக்கூடியதாக இருந்தது. நான்காவது வரிசையின் முடிவில் அமர்ந்திருந்த பூனைமீசை அரும்பும் சிவந்த உடல் பொடியன் கூச்சத்தினூடே அந்தக் கேள்வியைக் கேட்டான். ‘நீங்கள் இதுவரை எத்தனை ஆமியைச் சுட்டிருக்கிறீங்கள்?’. இவள் கதிர் அறுக்கப்பட்டிருந்த சோளக்கட்டைகளைப் பார்த்தாள். அவை காற்றோடு துல்லியமாக அரைந்தபடியிருந்தன. சிரிப்பும், இரைச்சலுமாக மண்டபம் கலைந்து கொண்டிருந்தது.

கூட்டம் முடிந்து சந்தியில் பஸ்சுக்குக் காத்திருந்தபோது தொண்டையில் மெல்லிய வலியை உணர்ந்தாள். பிள்ளைகள் தோட்ட வரம்புகளில் வரிசையாகச் செல்வது தூரத்தே தெரிந்தது. பஸ் ஸ்ராண்டை ஒட்டி நின்றிருந்த நிழல் மரவள்ளி மரத்தின் நிழலில் ஓர் ஆணும் பெண்ணும் நின்றிருந்தனர். ஆணின் தலை முழுவதும் நரைத்து வெண்கம்பிகள் போலிருந்தன முடிகள். நரைத்தமுடியை எண்ணெய் வைத்துத் தலையோடு படிய வாரியிருந்தார். தூய வெள்ளை ஆடைகள் அணிந்திருந்தார். வாடிக் கறுத்த முகத்தில் பற்கள் மிதப்பாக மஞ்சள் படிந்திருந்தன. சிறிய பழுப்புநிற உறைபோட்ட புத்தகம் ஒன்றை மார்போடு அணைத்து வைத்திருந்தார். பெண்ணின் கரிய முடியும் தலையோடு படிய வாரிப் பின்னிப் பின்னலின் முடிவில் சிறிய முடிச்சிடப்படிருந்தது. கையில் சில காகிதங்களைப் பிளாஸ்டிக் பையில் வைத்திருந்தார். பிளாஸ்டிக் பையில் அழகான வர்ணங்களில் ஓவியங்கள் அச்சிடப்பட்டிருந்தன. இவர்களைப் பார்த்து மிதப்புப் பல்லில் புன்னகைத்தவர் அருகில் வந்து ‘தேவன் வருகிறார் என்றார்’. இறைச்சிச் சாப்பாட்டு வாசத்துடன் ஓர் இராணுவ றக்டர் அவர்களைக் கடந்து சென்றது. அதன், பின்பெட்டியில் ஓர் ஆமி துப்பாக்கியைச் சரித்து வைத்தபடி அமர்ந்திருந்தான். ‘ஸ்தோத்திரம் சகோதரம் இது துரதிர்ஷ்டங்களின் காலம்’ என்றவர் ஓடிச்சென்று நிழல்மரவள்ளி மரத்தின் பெரியவேரில் ஏறி நின்று பழுப்புநிறப் புத்தகத்தைப் பிரித்து, மடித்து வைத்திருந்த பக்கத்தை வாசிக்கத் தொடங்கினார்.

“அவர் தேவனுடைய ரூபமாயிருந்தும், தேவனுக்குச் சமமாயிருப்பதைக் கொள்ளையாடின பொருளாக எண்ணாமல், தம்மைத்தாமே வெறுமையாக்கி, அடிமையின் ரூபமெடுத்து, மனுஷர் சாயலானார். அவர் மனுஷரூபமாய் காணப்பட்டு, மரணபரியந்தம், அதாவது சிலுவையின் மரணபரியந்தமும் கீழ்ப்படிந்தவராகி, தம்மைத்தாமே தாழ்த்தினார். ஆதலால், தேவன் எல்லாவற்றிற்கும் மேலாக அவரை உயர்த்தி, இயேசுவின் நாமத்தில் வானோர் பூவுலகத்தோர் பூமியின் கீழானோருடைய முழங்கால் யாவும் முடங்கும்படிக்கும், பிதாவாகிய தேவனுக்கு மகிமையாக இயேசுக்கிறிஸ்து கர்த்தரென்று நாவுகள் யாவும் அறிக்கைபண்ணும்படிக்கும், எல்லா நாமத்திற்கும் மேலான நாமத்தை அவருக்குத் தந்தருளினார்”.

‘அவருடைய சொற்கள் வரலாற்றின் இடுக்குகளிலிருந்து அன்போடும் பரிவோடும் வந்தன. சொற்கள் குழைவும் மென்மையுமாக இருந்தன. நான் அவரை நினைத்து வெகுநேரம் சிரித்தேன். அவருடைய தூய வெண்ணிற ஆடைகள் அழகாக இருந்தன. ஒரு நொடி நானே நிழல்மரவள்ளியின் வேரில் நிற்பது போலிருந்தது’ என்றாள். பஸ் வந்தபோது அருகில் நின்றிருந்த தோழியிடம் குனிந்து காதுகளில் கிசுகிசுத்தாள். ‘நான் கரும்புலியாகப் போகிறேன்’.

04

வெளியே வந்ததும் பதின்மூன்றாம் இலக்கக் கட்டிடம் பனிப்புகாரின் உள்ளே மறைந்து கொண்டது. வீதியில் காம்யு நின்றிருந்தார். அவரது கையிலிருந்த பையினுள் பனித்தூவல்கள் இருந்தன. காம்யு அதனுள் பனித்தூவல்களைச் சேகரித்தபடியிருந்தார். மெலிதாகப் புன்னகைத்தபடி ‘அவர் இன்னும் உயிரோடுதான் இருக்கிறார்’ என்றார். ‘ம் அவளும் தான்’ என்றேன். ரூ அல்பெர் காம்யுவின் வளைவில் திரும்பும் போது காம்யுவைத் திரும்பிப் பார்த்தேன். அவர் எதிர்த் திசையில் சென்றுகொண்டிருந்தார். பனிப்புகாரினுள் அவரின் நெடிய உருவம் கலங்கி மறைந்தது.

சில நாட்களின் பின்னரான ஒரு காலையில் தபாலில் பிரஞ்சு நாவல் ஒன்று வந்திருந்தது. காம்யூ அனுப்பியிருந்தார். கமல்

தாஊத் என்ற அல்ஜீரிய எழுத்தாளர் எழுதியிருந்த "meursalut contre-enquete" என்ற பிரஞ்சு நாவல் அது. காம்யுவின் அந்நியன் வெளிவந்து அறுபது ஆண்டுகளின் பின்னர் வெளியாகியிருக்கும் இந்த நாவல் 'மறு விசாரணையாக' எழுதப்பட்டிருந்தது. நாவல் காம்யுவின் அந்நியன் நாவலை மறுத்து இப்படித் தொடங்கி இருந்தது.

'இன்று, அம்மா இன்னும் உயிருடன் இருக்கிறார். அவள் இப்போதெல்லாம் அதிகம் பேசுவதில்லை. ஆனால், அவளால் நிறையவே பேசமுடியும். என்னைப்போல் இல்லாமல் அவள் அந்த வரலாறைத் திரும்பத் திரும்ப நினைவுபடுத்துகிறாள். அவள் அளவிற்கு என்னால் நினைவுபடுத்த முடியவில்லை. அரை நூற்றாண்டு தாண்டிவிட்ட கதை. அது நடந்தபோது அதைப் பற்றி நிறையவே பேசினார்கள், இன்றும் பேசுகிறார்கள். ஒரு சாவை மட்டுமே ஆனால் நிகழ்ந்ததோ இரண்டு சாவு'

● ஆனி 2017

மிக இரகசிய இயக்கம்

01

ஓம் குரு, எனக்கும் உங்களுக்கு வந்த சந்தேகமே வந்தது. அவள் கஞ்சாப் புகையின் கதகதப்பில் கதையைச் சொல்லத் தொடங்கிய கையோடு நானும் அவளை இடைமறித்து இதே கேள்வியைத்தான் கேட்டேன். அவள் அலங்க மலங்க முழித்தாள். சிகரெட்டைப்போல் சுற்றிய இன்னொரு கஞ்சாவைப் பெட்டியிலிருந்து உருவியெடுத்து அதன் வாசனையை ஆழமாக உள்ளிழுத்தாள். பின்னர் அதனை உள்ளங்கையில் வைத்து நீண்ட விரல்களினால் உருட்டினாள். 'இல்லவே இல்லை ஊரிலை எண்ட அப்பாவின் இயக்கம் மிக இரகசிய இயக்கம்' என்றபடி எழுந்துசென்று என் அறையின் கண்ணாடிச் சன்னலைத் திறந்து, கஞ்சாவைப் பற்றவைத்தாள். மெல்லிய தீக்கங்கு அவளுடைய முகத்தில் எழுந்து அணைந்தது. சுவாரசியமற்ற அவளுடைய கதையின் உயிர் அதன் முடிவிலிருக்கிறதென்று நம்புவதால் உங்களுக்கும் சொல்ல நினைக்கிறேன்.

அவளுடைய அப்பாவின் இரகசிய இயக்கம் குறித்த ஆதாரமெதுவும் இப்போது என் கைவசமில்லை. அவளிடமும் - தாயின் பூப்போட்ட டிரங்குப் பெட்டியில் - பச்சைநிற ரசீது மட்டுமே ஆதாரமாக உள்ளது. அவளுடைய அம்மாவின் நகைகளை வங்கியில் அடைவு ஸ்வைக்கக் கையகப்படுத்திய மிக இரகசிய இயக்கத்தின் தலைவரான அவளுடைய அப்பா கையெழுத்திட்டுக் கொடுத்த ரசீது. முதலாம் இலக்க ரசீதில் அவளது அம்மாவிடமிருந்து கையகப்படுத்திய தங்க நகைகளும் நிறைகளும் துல்லியமாகக் அளந்து குறிப்பிடப்பட்டுள்ளன. கையகப்படுத்திய தங்க நகைகள் திரும்ப வரவே வராதென்பது சில நாட்களிலே உறுதியாகத் தெரிந்தும் இத்தனை மைல்தூரம்

கடல் கடந்து ஃபிரான்ஸ் வந்த பின்னரும், நைந்துபோன பச்சை ரசீதை மிகப்பத்திரமாகக் 'கிளீன்கட்' அடித்து வைத்திருப்பதன் இரகசியம் என்னவாக இருக்கக்கூடும்? ஊரின் முதல் மனுசியாக முச்சந்திகளில் சிலாகிக்கப்பட்ட அவளுடைய அம்மா பின்னொருபோதும் நகைகளை அணிந்து கொள்ளவில்லை. சம்மு மாமாவுடனான திருமணப்பேச்சின் போதும் மஞ்சள் வேரில் முடிந்த மஞ்சள் நூலைத் தாலியாகக் கட்டச் சம்மு மாமா சம்மதித்த பின்னர்தான் திருமணத்திற்கே அம்மா 'ம்' சொன்னாராம்.

அவள் பருமட்டாகச் சொன்ன ஆண்டுகளில் ஊரில்வந்த பத்திரிகைகளில் மூலைமுடுக்கெல்லாம் தேடிச் சலித்துவிட்டேன் இரகசிய இயக்கம் குறித்த துரும்புக் குறிப்பும் கிடைக்கவில்லை. ஷோபாசக்தி தன்னுடை 'f இயக்கம்' கதையில் பட்டியலிட்ட ஈழப்போராட்ட இயக்கங்களின் பட்டியலிலும் அவளது அப்பாவின் மிக இரகசிய இயக்கம் குறித்த தகவலில்லை என்பது மிகவும் ஆச்சரியமானது. ஷோபாசக்தியின் புனைவுகளுக்கும் தப்பிவிடும் கட்டுக்கோப்பும் மிக இரகசியத் தனமும் நிறைந்த இயக்கமாக அது இருந்திருக்க வேண்டுமென்பது என் அனுமானம். ஆரம்பத்தில், ஊரின் வெள்ளாளர் தெரு தொடங்கும் பழைய வைத்தியசாலையின் கைவிடப்பட்ட கட்டிடத்தினுள் அப்பாவின் மிக இரகசிய இயக்கம் இயங்கியதாகச் சொன்னாள். பின்னர்ப் பெரும்பாலும் அவளுடைய வீட்டின் விறாந்தையிலே இரகசியக் கூட்டங்கள் நிகழ்ந்தன. அப்பாவுடைய பன்முக ஆளுமையைக் குறித்தும், தீர்க்கதரிசனமான முடிவுகளைச் சிலாகித்தும் அவரது நண்பர்கள் - இரகசிய இயக்க உறுப்பினர்கள் என ஊகிக்கலாம் - மிக அண்மையில் இலண்டனில் வெளியிட்ட 380 பக்கப் புத்தகத்தையோ அல்லது பச்சைநிற ரசீதையோ பார்த்து உறுதிப்படுத்திவிட்டுக் கதையைச் சொல்லும் பக்குவம் இன்னும் கைகூடி வராததால் இந்தக் கதையை இப்பொழுதே சொல்லிவிடுகிறேன். ஊரிலிருப்பவர்களுடன் கதைத்துத் தகவல்களைச் சரிபார்க்க முடியாதபடி என்னை விலக்கி வைத்திருப்பதாலும் என்னால் கதையின் உண்மைத் தன்மையை உறுதிப்படுத்த முடியவில்லை. எங்களூரில் ஊருப்பட்ட இயக்கங்களும் தலைவர்களும் வாழ்ந்ததற்கான அத்தனை சாத்தியங்களுமிருப்பதாலும், விழுந்தால் ஒரு கேணலின் காலில் எழுந்திருக்க வேண்டிய நிர்ப்பந்தமும்

இருப்பதாலும் இந்தக் கதை முப்பது ஆண்டுகளுக்கு முன்னர் வெங்காயத் தோட்டங்களும் பூவரசம் வேலிகளும் சவர்த்தண்ணீர் கிணறுகளும் நிறைந்திருந்த அவளுடைய சிறுபட்டணத்தில் நிகழ்ந்திருப்பதற்கு அத்தனை சாத்தியங்களுமிருப்பதை வலுவாக நம்புவதாலும் மேற்கொண்டு சொல்லுகிறேன் கேளுங்கள் இதுதான் கதை.

அவள் என் அறைக்கு வந்த அன்றுதான், ஸிசிலியா வேகா இனிமேல் நீலப்படங்களில் நடிக்கப்போவதில்லையென்று தன்னுடைய ஓய்வை அறிவித்திருந்தார். இருபத்தி மூன்றாவது வயதில் அவர் இப்படிப் படக்கென்று ஓய்வை அறிவித்ததில் என்னுடைய முதன்மை இலட்சியம் ஒன்று தளர்ந்த துயரத்தில் அறையைவிட்டு வெளியே போவதில்லை என்ற முடிவோடு கட்டிலில் படுத்திருந்தேன். ஸிசிலியா வேகாவுடன் நடிக்கும் ஒப்பந்தம் சரிவருவதற்கான சாத்தியங்கள் சில வாரங்களுக்கு முன்னர் தடித்த பச்சைத்துணியின் பின்னால் கிசுகிசுப்பாகப் பேசப்பட்டிருந்தது. கதை சொல்லியாக நாற்பது வயது வரை காலம்தள்ளி, இரண்டு பெண்களும், ஆணுமாக மூன்று குழந்தைகளையும் பெற்றுவிட்டு, ஓர் இளஞ்சிவப்பு மாலையிலிருந்து நீலப்படங்களில் நடிக்கத் தொடங்கியபோது 'குமர்ப்பொட்டையளை வைச்சுக்கொண்டு வேசையாடதை வேசைமோனே' எனக் காறியுமிழ்ந்து தன் தலையிலடித்தபடி பிரேமா வீட்டைவிட்டுத் துரத்தியதைத் தவிர்த்து வாழ்வில் பெரிதாகவொரு மாற்றமும் நிகழ்ந்துவிடவில்லை. அபரிதமான ஒளிவெள்ளத்தின் முன்னால் நிர்வாணமாக நிற்பதும் வாதை தருவதாக இருந்தது. கதைசொல்லியாகச் சிறிதும் வெளிச்சமற்ற இருளுள் காலம் தள்ளுவதிலும் பார்க்கச் சற்று ஆசுவாசமாயிருந்தது ஒளிவெள்ளத்தின் முன்னால் நிர்வாணமாக நிற்பது. நீண்ட நேரத்திற்கு விந்தைக் கட்டுப்படுத்துவதையும் உச்சக் கணத்தில் விந்தை வெளியேற்றுவதையும் தேர்ந்த கலையாக அதீத விளையாட்டாக்கும் நுட்பமாகக் கைக்கொண்டதன் பின்னர், நீலப்படங்களிலான நடிப்பும் இயல்பானதாக மாறிவிட்டிருந்தது.

எழுபது வயதின் பின்னரும் இளமை ததும்ப நீலப்படங்களில் நடிக்கும் ரொஸ்லினுடைய வீட்டின் ஒடுங்கிய மூலையறைக்குள் சுருண்டு கிடப்பதுதான் மிகவும் அசூசையானது. அவருடைய பழைய தயாரிப்பு நிறுவனத்தின் நிறம் உதிர்ந்த லேஸ் வைத்துத்

தைத்த தடித்த உள்ளாடைகள், மெல்லிய மயிர்த்தோல் வார்கள், பிளாஸ்டிக் உறைகள், தடித்த பிளாஸ்ரிக் ஆண்குறிகளுடன் நிறைந்திருக்கும் பழைய தமிழ்ப் புத்தகங்களும், நாளிதழ்களும், புகையும் கஞ்சாவும் போதவேபோதாது அறையின் இறுக்கத்தைப் போக்க. அந்த ஒடுங்கிய அறையின் இறுக்கத்தை உடைக்கப் பொலித்தீன் பையில் சுற்றிய கஞ்சாப் பொட்டலத்துடனும், இந்தச் சிறிய கதையுடனும் வந்தவள் அவள்.

ரொஸ்லின் மிக மகிழ்ச்சியான தருணங்களில் எப்போதும் சின்னவனே என்றுதான் என்னை அழைப்பார். அன்றும் 'சின்னவனே, சின்னவனே' என இரண்டுமுறைகள் கூவி அழைத்தார். அவருடைய குரல் தடித்துக் கரடுமுரடாயிருந்தது. 'உனக்காக விருந்தினர் ஹாலில் காத்திருக்கிறார்'. ஸிசிலியா வேகா கொடுத்த அதிர்ச்சியிலிருந்து மீளும் வழி தெரியாதிருந்த எனக்கு விருந்தினரைச் சந்திக்கும் மனநிலை இருக்கவில்லை. பதிலேதும் சொல்லாமல் ஸிசிலியுடைய 'அறுப்பாதாயிருந்தால் என் கழுத்தை அறுத்துக் கொள்ளுங்கள், எடுப்பான முலைகளில் கை வைக்காதீர்கள்' என்ற அறைகூவலை திரும்பத் திரும்ப அலைபேசியின் சிறிய திரையில் பார்த்தபடியிருந்தேன். மாடிப்படிகள் தடதடக்கும் ஓசை கேட்டது ரொஸ்லீனுடைய இடுப்பைப் பிடித்தபடி நின்று நிதானித்துவரும் மெதுவான நடையில்லாமல் துள்ளலான நடையாக இருந்தது.

கறுத்த வழுவழுப்பான உடல்வாகு. கன்னத்தில் பூனைமுடிகள். அவளுடைய கூர் மூக்கின் நுனியில் சிறிய தசைத்திரட்சி புடைப்பாக இருந்தது. அவளுடைய பிரபலமான நீலப்படத்தில் உடல் தளர்ந்த வயோதிகன் இவளை மூர்க்கமாகப் புணர்ந்த போதிருந்த உணர்ச்சி ததும்பும் முகம். வயோதிகனது தளர்ந்த தசைகள் தொங்கும் பெலமான கைகள் இவளது தொண்டையை அழுத்திப் பிடித்திருந்தது. அவனுடைய மனைவி (ரோஸ்லின்) சமையலறையிலிருந்து அவனது புணர்ச்சியைக் கவனித்தபடியிருந்தாள். இவளது கழுத்தில் மெல்லிய தோல்வாரினைச் சுற்றி அதில் இரும்புச் சங்கிலியைப் பிணைத்துக் கட்டில் காலில் கட்டிவிட்டிருந்தார்கள். அந்த நீலப்படத்தின் மூன்றாவது நிமிடத்தின் நான்காவது நொடியிலிருந்து உடல் தளர்ந்த வயோதிகன் உப்பித் தளர்ந்த தன்னுடைய ஆண்குறியை அவளது வாயில் மூர்க்கமாகச் செலுத்தி இயங்கிய ஏழு

நிமிடங்கள் வரையும் அவளுடைய மூக்கு நுனியிலிருந்த புடைப்பான தசைத்திரட்சியையே ரசித்ததாக அவளிடம் சொன்னேன். ‘அது அப்பாவின் உருகிய தசை’ என்றபடி மூக்கு நுனியைப் புறங்கையால் அநிச்சையாகத் துடைத்தாள். புடைத்திருந்த தசைத்திரட்சி சுற்றுப் பெருத்தது போலிருந்தது.

02

அப்பா நீண்டநாட்களுக்குப் பின்னர் திரும்பிவந்தபோது, அம்மா இரண்டாவது முறையாகக் கருத்தரித்திருந்தார் அவருடைய வயிறு குட்டியாக மேடிட்டிருந்தது. அம்மாவின் மேடிட்டிருந்த வயிறைப் பார்த்தபடி... இனி, தான் ஒருபோதும் திரும்பப் போகப்போவதில்லை என்றவர் ‘அந்த மூடர்கள் வழிமுறையை மாற்றியாக வேண்டும் இல்லையென்றால் கருவிலேயே அழித்துவிடுவார்கள்’ என்றார். அப்பாவின் இயக்க வேலைகள் தடைப்பட்டுப் போயிருந்ததில் வீட்டின் சின்னறைக்குள்ளே முடங்கிக்கிடந்தார். ஒருநாள் மதியம் சாப்பிட்ட பின்னர் சாவகாசமாக மாமரநிழலின் கீழிருந்த ஈஸிச்செயாரில் தடித்த மட்டையுடைய புத்தகமொன்றை வாசித்து முடித்ததும் மஞ்சள் கோழை வழிய ஓங்காளித்துச் சத்தியெடுத்தார். அன்றிலிருந்து சாப்பிடும் சாப்பாடு ஏதும் அவரில் ஒட்டாமல் அவருடல் மெலிந்து கடுதாசி போலாகியது. சாப்பிட்ட நொடியில் அவர் வாய், குதமாக மாறிச் சத்தான சாப்பாடுகளைச் சக்கையாக வெளித்தள்ளியது. அதன் பின்தான் நாங்கள் உறங்கிய பின்னர் அப்பா அடிக்கடி இருளுள் தொலைந்து போகத் தொடங்கினார். அதிகாலையில் நானும் அம்மாவும் தரவை, வெட்டுக்குளம், இடிந்த பள்ளிக்கூட மைதானம் எங்கும் அப்பாவைத் தேடவேண்டியிருக்கும். சில நாட்களில் அதிகாலையில் பால் கறக்கவரும் சின்னமணியும் அப்பாவைத் தேட வருவார். அவருடைய வெள்ளை முரசு தெரியப் பெரிதாகச் சிரித்துக் கதை சொல்லுவார். ‘அம்மான் நாடு பிடிக்க வெளிக்கிட்டார் அவரை நாங்கள் பிடிக்க வேண்டிக்கிடக்கு’ அம்மா கொடுப்பினுள் சிரித்தபடி தன் பாவாடையை முழங்கால்கள் வரை தூக்கிப் பிடித்தபடி மேடிட்ட வயிறை மெதுவாக முன் தள்ளியபடி வெங்காயத்தோட்ட வரப்புகளில் அப்பாவைத் தேடித்திரிவார்.

அன்று, சிதைந்து உருக்குலைந்த சந்தையின் பின்கோடியிலிருந்த அபூபக்கரின் இறைச்சிக்கடையின் முன்னால் ஆடாமல் அசையாமல் அப்பா நின்றிருந்தார். பச்சை இரத்தத்தின் வாடையும், நுளம்புகளின் சிறகொலியும் அப்பாவைச் சூழ்ந்து நிரம்பியிருந்தன. தவிட்டு நிறக் கழிவுநீர் வெளியாகும் பிளாஸ்டிக் குழாயின் அடியில் தடித்துக் கெட்டியாகிய இரத்தம் தேங்கிக்கிடந்தது. பின்னொரு நாளின் கடுமிருளில் திட்டுத் திட்டாக வெண்புள்ளிகள் அடர்ந்திருந்த அபூபக்கரின் மழித்த தலையைச் சிவப்பான இறைச்சி வெட்டும் மரக்கட்டையில் அழுத்திவைத்து ஊரார் அரிந்த நாளிலும் அதே பச்சை இரத்தத்தின் வாசனையே நிரம்பியிருந்தது. அபூபக்கர் கடையின் நிறம் உதிர்ந்த பச்சைநிற பெயர்ப்பலகையில் எழுத்துகள் மங்கலான கரியகோடாக மிஞ்சியிருந்ததால் அதன் பெயரை யாராலும் அறிந்துகொள்ள முடியவில்லை. சுழித்தோடும் மங்கலான கோடுகளை நூற்றாண்டுகளின் சுவடு என்றபடி கனமான இறைச்சித் துண்டுகளைப் பழையபேப்பரில் மடித்துப் பொட்டலமாக் கட்டித்தருவார் அபூபக்கர். அன்று அப்பாவின் வெள்ளைக் கோடுகளுடைய நீலநிறச் சாரம் இடுப்பில் நிற்காமல் நழுவியிருக்கத் தொய்ந்த அவருடைய ஆண்குறி நரை மயிர்ச்சுருளினுள் சிதைந்த குருவிக்கூடு போலக் காலை வெய்யிலில் மஞ்சளாக மினுங்கியது. அம்மா பதட்டத்துடன் நழுவியிருக்கும் சாரத்தை இடுப்பில் இறுக்கிச் சுற்றி முடிந்துவிட்டார். அது வழுக்கியபடியிருந்தது. அப்பா தொலைந்துபோவதைப் பொறுக்கமுடியாத அம்மா இரவில் அப்பாவின் இடதுகை மணிக்கட்டில் மந்திரித்துக் கட்டியிருந்த அம்மன் கோயில் நூலில் கனமான நாய்ச் சங்கிலியைக் கொழுவி சின்னறை சன்னலில் பலமாகக் கட்டிவிட்டார். அவருடைய மணிக்கட்டில் நாய்ச்சங்கிலி அரைந்து, அரைந்து தோல் சிவந்து புண்ணாகியிருந்தது. புண்வெடித்து எலும்பில் இரும்பு அரைந்த போதும் அம்மா துருவேறிய இரும்புச் சங்கிலியை நீக்கிவிடவில்லை.

சன்னலில் கட்டியிருந்த சங்கிலியின் கால்வட்டத்தில் அப்பாவின் இயக்கம் முடங்கிக்கிடந்த இளஞ்சிவப்புநிறப் பின்மாலைகளில் மிக இரகசிய இயக்கத்தின் உருவாக்கத்தையும் செயற்பாடுகளையும் குறித்தே அதிகமும் சிந்தித்திருந்தார் என்பதை இலண்டனில் வெளியான புத்தகத்தை வாசித்தே

தெரிந்து கொண்டேன். பெருமெடுப்பிலான திடீர்த் தாக்குதல்களின் கவர்ச்சிகரமான தோல்விகளையும், அவை வெறும் உடல்களின் வாதையாக எஞ்சிவிடும் கோரத்தையும் தனது நாளேட்டில் பிள்ளையார் சுழியின் கீழ் நுணுக்கி நுணுக்கி எழுதியிருந்ததை இப்போதும் என்னால் துல்லியமாக நினைவுகூர முடியும். கொலைகார ஆயுதங்கள் துருவேறி அழிந்தாலும் அவைகளை இயக்கும் மூளைகள் உயிர்ப்புடனிருக்கும் அவலத்தையும் அடிக்கோட்டுடன் குறித்துவைத்திருந்தார். அப்பா சுட்டுக்கொலை செய்யப்படவிருந்த அந்தக் குளிர் இரவில் தனது நாளேட்டின் சில பக்கங்களைக் கிழித்துத் தீயில் வாட்டியிருந்தார். நான் அதிகாலையிலே அப்பாவின் அறையைத் திறந்தபோது தாள்களின் கருகல்வாசனையே முகத்திலறைந்தது. மங்கலான புகைமூட்டத்தினுள் அப்பாவின் உடல் கட்டிலில் கிடந்தது. மார்பிற் சுடப்பட்ட குண்டு மிகச்சரியாக அவரது இதயத்தைத் துளைத்து முதுகினால் வெளியாகிக் கட்டிலின் பஞ்சு மெத்தைக்குள் புதைந்திருந்தது. மேற்சட்டையில்லாத திறந்த மார்பில் சில குருதித் துளிகள் கட்டியாக இறுகிக்கிடந்தன. அவரது தளர்ந்த உடலை, அம்மா புரட்டிப் போட்டபோது வெள்ளை மெத்தையில் செவ்வரத்தம்பூவிதழ் வடிவில் இரத்தம் உறைந்திருந்தது. துப்பாக்கி அவரது வலது பக்கமாக நிலத்தில் கிடந்தது. அவருடைய எதிர்வுகூறல்கள் ஆருடங்களாகவும் நம்பமுடியாத கற்பனைகளாகவும் அன்று இருந்தன. இன்று அவை நிகழ்ந்துவிட்ட உண்மைகளாக இருப்பதன் பின்னால் அப்பாவின் துலக்கமான அறிவிருந்ததை அந்தப் புத்தகத்தில் அய்யந் திரிபுற நிறுவியதை நான் ஆச்சரியத்துடனே எதிர்கொள்ள வேண்டியிருந்தது. அப்பா சங்கிலியிற் பிணைக்கப்பட்டுச் சுவரை உற்றுப்பார்த்திருந்த இருள் சூழந்த நாட்களில் தன்னுடைய இரண்டு கால் தாவலில் முப்பது வருடங்களையும் கடந்து சிந்தித்திருக்கிறார் என்பதை இப்போதும் என்னால் நம்பமுடியவில்லை. 'உனக்குத் தெரியுமா அந்த நாட்களில் அப்பாவின் முகம் மிகவும் ஒளி பொருந்தியதாக இருந்தது, அறிவாளியைப் போல எல்லாவற்றையும் கூர்ந்து பார்த்தபடியிருப்பார். வீதியில் விரைந்து செல்லும் வாகனங்களை, கொடியில் உலரும் உள்ளாடைகளை, பற்ற வைக்காத சாம்பல் மண்டிய அடுப்பை, அம்மாவை, வேலியில்

ஊரும் ஓணானை குறிப்பாக, மிக மெதுவாகத் திறந்துமூடும் பின்வாசலின் அலம்பற் படலையை'.

அப்பாவின் கூர்ந்து பார்க்கும் வழக்கம் தன் மலத்தினைக் கைகளால் அளைந்து அளைந்து அதை நெடுநேரமாகக் கூர்ந்து பார்த்த நாளோடு முடிவிற்குவந்தது. மலத்தை அளைந்தபடியிருந்தவரை உடைந்த பிளாஸ்டிக் வாளியில் நீரைவாரிக் குளிப்பாட்டினேன். ஈரப்பலா மரநிழலின் குளுமையில் குளிரேறிக்கிடந்த நீரை உடலில் ஊற்றியதும் அப்பாவின் உடல் சிலிர்த்தது கால் மயிர்கள் குத்திட்டு நின்றன. அவரது கையின் நகக்கணுக்களில் தங்கிவிட்ட மலத்துணிக்கைகளைத் தென்னம் பொச்சினால் அழுந்தித் தேய்த்துக் கழுவினேன். மிச்சமிருந்த துணிக்கைகளை ஈர்க்கினால் நகக்கணுக்களிலிருந்து உருட்டி எடுத்தேன். அப்பாவின் நீண்ட மெலிந்த விரல்கள் குளிர்ந்த நீரால் வெளிறிக் குறண்டிக்கிடந்தன. வெளிறிய விரல்களை என்னுடைய பிடியிலிருந்து சடுதியில் இழுத்தவர். 'எல்லாம் முடிவுக்கு வருகிறது செல்ல மோளே அபூபக்கர் விடுதலைக்கான பீங்கான் பாத்திரத்தோடு வருகிறான்' என்றபடி நிமிர்ந்து பின்வாசல் அலம்பற்படலையைப் பார்த்தார். அபூபக்கர் திட்டுத் திட்டாக வெண்புள்ளிகள் அடர்ந்த மழித்த தலையின்மேல் நிழலுக்கு வாழையிலையைப் பிடித்தபடி வந்தார். மறுகையில் துணிப்பை இருந்தது. அழகான வெண்தாடி மார்பு வரை நீண்டிருந்தது. வீட்டுத் திண்ணையின் நிழற்பக்கமாக அமர்ந்தார். துணிப்பையுள்ளிருந்து சித்திர எழுத்துகளுடனிருந்த பீங்கான் கோப்பையையும், பிளாஸ்ரிக் நீர்ப் போத்தலையும் எடுத்தார். பீங்கான் கோப்பையில் நீரை தளும்பத்தளும்ப நிரப்பினார். சித்திர எழுத்துக்கள் நீரில் அலைந்தன. ஓரமாகக் கிடந்த ஈர்க்கினால் நீரைக் கலக்கி எழுத்துகளைக் கரைத்தார். கரிய சித்திர எழுத்துகள் கரைந்ததும் நீர் கருமையாகியது. அப்பா அதனை வாங்கி ஒரே மடக்கில் குடித்துவிட்டு மீதியை என்னிடம் தந்தார். நான் பீங்கானின் விளிம்பில் வாயை வைத்து நீரை ஒரு மிடறு குடித்த நொடியில் அம்மா பீங்கான் கோப்பையைப் புறங்கையால் பலமாகத் தட்டிவிட்டார். பீங்கான் கோப்பை அலம்பற்படலையை, குச்சொழுங்கையை, நீண்ட தார்வீதியைக் கடந்து எங்கோ தொலைவில் திரும்ப ஒட்டவே முடியாதபடி சுக்குநூறாக உடைந்து நொறுங்கியது. 'அப்பாவுக்கு விடுதலையளித்த இசும்தண்ணி, எனக்கு விந்தின்

சொன்னார். அபூபக்கரின் கடைக்கு நேர் பின்னாக இருந்த வீட்டின் முன்பக்கச் சுவரை இடித்துத்தள்ளிவிட்டுப் புதிய காம்பைச் சரிக்கட்டியிருந்தார்கள். வீட்டைச் சுற்றி நீண்ட புதிய முட்கம்பி வேலிகள் சுருள்சுருளாக அடிக்கப்பட்டிருந்தன. வீடாக இருந்த காம்ப் தெளிவாக ஊரிலிருந்து முட்கம்பிகளால் பிரிக்கப்பட்டிருந்தது. அப்பாவை வாசலில் மிகத் தீவிரமாகச் சோதனை செய்தார்கள். அவர் கையோடு எடுத்துச் சென்ற முதலாம் இலக்கம் மட்டும் கிழிக்கப்பட்ட பச்சைநிற ரசீதை வாங்கிப் பத்திரமாக வைத்துவிட்டு சுவரின் நடுவிலிருந்த சன்னலோரமாகக் குந்தியிருக்கச் சொன்னார்கள். அந்தக் காம்பில் சரணடைந்தது அப்பா மாத்திரம்தான் என்பதை அவள் பின்னரே தெரிந்து கொண்டதாகச் சொன்னாள். 'சிலநேரம் அவர் மட்டுமே அங்கிருந்து திரும்பி வந்ததாலை ஊரார் அப்பிடி நம்பியிருப்பினம்' என்றாள். அடுத்தநாள் அதிகாலையில் வீடு திரும்பியிருந்த அப்பா தன்னுள் ஒடுங்கிப் போயிருந்தார். அவர் விரல்கள் குறண்டிப்போயிருந்தன. இளநரை தெரியும் தலையின் இடதுபுறமும் சரியாக மூளைக்கு அருகிலும், மார்பின் ஓரமாகச் சரியாக இதயத்தின் மேலாகவும் இரண்டு சிவந்த புள்ளிகள் அவரின் மண்நிறத் தோலின்மேல் இடப்பட்டிருந்தன. அவை மிகத் துல்லியமாக மூளையினதும், இதயத்தினதும் இருப்பை நினைப்பூட்டின. புள்ளிகளை அடிக்கடி தடவிப் பார்த்து மூளையினதும், இதயத்தினதும் இருப்பை அவர் உறுதிசெய்து கொண்டார்.

அப்பா சங்கிலியில் பிணைந்து இயக்கமற்று முடங்கிக் கிடந்த, அபூபக்கர் சித்திர எழுத்துகளிருந்த இசும் பீங்கானை எடுத்துவந்த, எழுதும் மேசையை வெளிச்சம் தெரிய இழுத்துப்போட்ட சன்னலையொட்டி நேராக நிமிர்ந்துநின்று தலையின் இடதுபுறமிருந்த மூளைக்கு நேர் மேலான சிவந்த புள்ளியில் துவக்கின் குளிர் முனையைப் பொருத்தினார். 'துரோகிகள் சாகவேண்டிவர்கள்' என்றபடி சன்னலை உற்றுப்பார்த்தார். சன்னல் கம்பிகளில் அம்மாவின் நிழல் இருளுருவமாய் அசைந்தது. 'அவர்கள் தற்கொலை செய்துகொள்ள வேண்டியவர்களில்லை சாகடிக்கப்பட வேண்டிவர்கள்'. அப்பாவின் கையிலிருந்த துப்பாக்கி எழுத்து மேசையில் நடுங்கி விழுந்தது. அதை நடுக்கத்துடன் எடுத்து தனது இடுப்பின் பின்னால் பத்திரப்படுத்தினார். பின்வந்த

நான்கு நாட்களும் - தான் கொலைசெய்யப்பட்ட குளிர் இரவு வரை - தன்னைக் கொலை செய்யக்கூடிய கொலையாளியைத் தேடியலைந்தார். சின்னமணி மாமா துவக்கைத் தொடக்கூடப் பயந்து வெலவெலத்துப் போனார். அபூபக்கர் 'நஉது பில்லாகி மின்னா மிச்சம் எலும்பை வெட்டுறது எண்டா சொல்லுங்க' என்றார். என்னால் துவக்கை அப்பாவின் தலையின் இடது புள்ளியில் வைக்கமுடிந்தாலும் அதன் விசையை இழுக்க முடியவில்லை. சேலைத் தலைப்பில் கையைத் துடைத்தபடி துவக்கை வாங்கிய அம்மா, அப்பாவின் அலையும் கண்களை உற்றுப் பார்த்துவிட்டு உன் கண்கள் அச்சமூட்டுகின்றன என்றபடி துவக்கைத் திருப்பிக் கொடுத்தார்.

நான் அப்பாவின் சின்னறையைத் திறந்தபோது முகத்தில் அறைந்த தாள்களின் கருகல் வாசனையே அன்று ஊர் முழுவதும் அலைந்தபடியிருந்தது. வீட்டுக் கோடிகளில் நுளம்பு முட்டைகளிருந்த வாகனங்களின் ரயர்கள் முச்சந்தியில் குவிக்கப்பட்டு அந்தத் தேய்ந்த ரயர்களை உடல்களில் சுருள்சுருளாக இறுக்கி உடல்கள் எரியூட்டப்பட்டிருந்தன. ரயர்களோடு உடல்கள் வேகிக் கருகும் வாசனை ஊரை நிறைத்திருந்த அதிகாலையிலேயே அப்பாவின் உடலையும் வாழையிலையில் பொட்டலமாகச் சுற்றி அம்மா முச்சந்திக்கு இழுத்துச் சென்றார். ரயர்களோடு ரயராக உடல்களோடு உடலாக அப்பாவையும் நன்றாக எரியும்படி நடுவில் இழுத்து விட்டுவிட்டுத் திரும்பிப் பாராமல் நடந்தார். நான் கடைசியாக ஒருமுறை அப்பாவின் உடலை திரும்பிப் பார்த்தேன். வாழையிலை வாடிக்கருகி உள்ளே பொதிந்திருந்த அப்பாவுடைய மெலிந்த உடல் தசை ரயர்களின் மேல் உருகி வெள்ளைக் கொழுப்பாகக் கரைந்தது. 'டொப்' என்று சிறிய சத்தத்துடன் ரயர் ஒன்று வெடித்து அதன் கரிய துகள்களிலொன்று என்னுடைய மூக்கு நுனியில் பெலமாக ஒட்டியது. மூக்குநுனி பயங்கரமாக எரிந்தது. புறங்கையால் மூக்கின் நுனியை அழுந்தத் துடைத்தபோதும் எரிவு அடங்கவில்லை. வீட்டின் முன்வாசற் குந்தில் நின்று கருகும் ரயர்களையும் எரியும் உடல்களையும் நெடுநேரம் பார்த்த அம்மா 'தூ! சவங்கள்' என்றார்.

வந்திருந்ததைப் பார்த்ததாகச் சொன்னார். ஊர்ச்சனம் ஆமிக்குப் பயந்து உரப்பை மூட்டைகளுடன் கப்பூதுத் தரவை வெளிக்கு இடம்பெயர்ந்தபோது, அக்காவும் அப்பாவும் சனங்களைக் கிழித்து எதிர்திசையில் பலாலி நோக்கி அவ்ரோ விமானத்தைப் பார்க்கப் புறப்பட்டுச் சென்றனர்.

அவ்ரோ விமானம் வாழை மரங்களை முறித்து வீழ்த்தி வாழைத் தோட்டத்தின் நடுவில், உடைந்த வெள்ளை முட்டை ஓடு போலச் சிதறியிருந்தது. அதைச் சுற்றி முறிந்திருந்த வாழைமரங்களின் இலைகள் தீயில் கருகியிருந்தன. கறுப்புப்பொட்டின் அளவில் முகில்களுள் மறைந்து திரிந்து குண்டுகள் போடும் அவ்ரோ விமானத்தின் உடைந்த பிரமாண்டம் அக்காவின் கண்களின் முன் பேருருவமாக இருந்தது.

திரி திரியாகப் புகைந்து கொண்டிருந்த விமானத்தின் அருகே கிட்டினர், செதில் உதிரும் மீன்பெட்டி கட்டிய சைக்கிளை வேலியோரமாகச் சாய்த்து விட்டிருந்தார். மீன் வெட்டும் கூர் ஒடுங்கிய கத்தியுடன் உடைந்த அவ்ரோவினைச் சுற்றி நோட்டம் பார்த்தபடியிருந்தார். சுற்றிச் சனங்கள் நின்றிருந்தாலும் யாருக்கும் அதன் அருகில் செல்லும் துணிவு வந்திருக்கவில்லை. அக்கா; அப்பாவின் சைக்கிளிலிருந்து குதித்தோடி, அவ்ரோவின் விமானத்தின் அருகில் சென்று அதன் வளைந்த முன்பக்கத்தில் தன்னிரு கைகளையும்வைத்து அழுத்தினார். எரிந்த அலுமினியத்தின் சூடும் மழைக்குளிரும் அதில் மிச்சமிருந்தன. அவருடைய பத்து விரல்களின் அழுத்தலில் பிரமாண்ட அவ்ரோ விமானம் செம்பாட்டு மண்ணுள் புதைந்திருந்தது.விமானம் அசையவில்லை.

பின்னொரு போதும் அக்கா, கிட்டினரிடம் மீன் வாங்கிச் சமைக்க அம்மாவை விடவில்லை. அக்காவுக்குத் தெரியாமல் அம்மா ஒரு மதியம் வாளை மீனைக் கிட்டினரிடம் வாங்கிச் சமைத்திருந்தார். நீண்ட முட்களுடையை நேர்த்தியாக நறுக்கப்பட்டிருந்த வாளை மீனின் சிறு துண்டைக்கூட வாயில் வைக்காமலே இது கிட்டினரின் பெட்டியிலிருந்த மீன் என்றபடி சாப்பாட்டுத் தட்டை முன்னால் தள்ளி வைத்துவிட்டு எழுந்து சென்றார் அக்கா. அம்மா, அச்சம் மண்டிய கண்களுடன் அப்பாவைப் பார்த்தார். அப்பா எட்டி, அம்மாவைப் பிடரியைப் பொத்தி அடித்தார். ‘‘தோறை என்னுடைய பிள்ளையை

ஏமாற்றப் பார்க்கிறாயா" என்றபடி அவரும் சாப்பிடாமல் எழுந்து சென்றார். நானும் அம்மாவுமே அன்று வாளை மீன் முழுவதையும் சாப்பிட்டு முடித்தோம்.

எனக்கு அந்த வாளை மீனில் எந்த வித்தியாசமும் தெரிந்திருக்கவில்லை என்று செம்பகமாச்சியிடம் கேட்ட போது 'உவன் கிட்டினன் அன்று அவ்ரோவினுள் செத்து இருந்த ஆமிக்காரரின் பத்து விரல்களிலும் கொத்தாக இருந்த மோதிரங்களைக் கழற்றிப் பாத்திருக்கிறான். எப்படி இழுத்தாலும் உடும்பு போல விரலோடை ஒட்டியிருந்த மோதிரம் கழரேல்லை மோனை, மீன் வெட்டுற கத்தியால ஒரு வெட்டில் நான்கு கைகளையும் வெட்டி மீன் பெட்டியினுள் வைத்துக் கொண்டு வந்துட்டான்' என்றார் பூஞ்சணம் படர்ந்த கண்கள் விரிய. அக்காவிடம் கேட்டபோது அவள் "நீ சின்னப் பொடியன் உனக்கு இதுகள் விளங்காது" என்றார்.

இரண்டாம் கோடை: ஈரப்பிசுபிசுப்பான இருளில் புதிய மண் வாசனையில், வியர்வை வழிய இறுகிய கரிய தேகம் நுரையாகப் பொங்கியது. புதிதாக வெட்டப்பட்டிருந்த L வடிவ பதுங்கு குழியினுள் கால்விரித்து நிலவை நோக்கிப் படுத்திருந்தபோது தொடைகளின் வழி அக்காவின் பெண்குறியில் உணர்ந்த வலி அதீத கிளர்வு தருவதாக இருந்தது. பதுங்கு குழியின் அருகில் நின்ற மாமரத்தில் கொழுவியிருந்த பாரமான கோல்சரின் பச்சைநிறம் நிலவொளியில் பழுத்த மாங்கனிகள் போலத் தெரிந்தன. வெண்மையான நிலவின் கரும்புள்ளித் திட்டுகள் உறுத்துவதாகத் தோன்றிய நொடியில் உச்சம்வந்த ஆண்குறி அக்காவின் யோனிப்பிளவுக்குள் வதங்கிச் சுருண்டது. அதுவே, முதுகின் கீழ் விரித்திருந்த பழைய உரைப்பையில் மிச்சமாயிருந்த நாட்பட்ட உரத்தின் மலவாசனை, வியர்வையோடு சேர்ந்து கலவியின் வாசனையாய் அக்காவின் நினைவின் மடிப்புகளில் தங்கியிருந்தது.

வீட்டின் அருகாகக் கோடாக நீண்டு இருந்த வெள்ளவாய்க்காலின் முடிவில் பதுங்குகுழி வெட்டவந்த போராளியை, தண்டனையில் வந்திருக்கும் போராளி என்றே ஊரில் எல்லோரும் பேசிக் கொண்டனர். மண்வெட்டியும், சிறிய நார்க்கூடையுடனும் அவர் இரவு பகலாக L வடிவத்தில் மிக மெதுவாக நிலத்தைக் கொத்தியபடி இருந்தான். நார்க்கூடையில் சேர்ந்த மண்ணை

தடியையும் நிறுத்திவைத்திருந்தார். அக்கா கால்கள் இடறி நூற்றாண்டின் பழமைக்குள் விழுந்துவிட்டதுபோல உணர்ந்து கொண்டார். அம்மம்மாவின் குசினியில் அடைக்கப்பட்ட பின்னர் அக்கா நிலத்தை, கதவை, பழைய சுவரை நகங்களால் பிறாண்டும் சத்தம் கேட்கத் தொடங்கியது. வேலுப்பிள்ளைப் பரியாரியின் மகனும் ஒட்டாவி வைத்தியரும் அக்காவின் மஞ்சள் படிந்த நாக்கை நீட்டச் சொல்லிப் பரிசோதித்தும், பச்சைக்களி உருண்டைகளைச் சாப்பிடக் கொடுத்தும் அக்கா இரவுகளில் மூர்க்கமாகப் பிறாண்டுவது நிற்கவில்லை.

இந்தியாவிலிருந்து அம்மன் கோயிலில் சின்னமேளம் ஆடவந்து, ஊரின் மிகவும் நம்பிக்கையான வைத்தியரும், நாட்பட்ட நோய்களைக் குணப்படுத்துவதில் வல்லவருமான வேலுப்பிள்ளைப் பரியாரியின் அறைக்குள் பல வருடங்களாக சிறைப்பட்டு இருந்து ஆடுவதையும், பாடுவதையும் மறந்து உடல் பருத்து நடக்கவே சிரமப்படும் உருக்குமணிதேவிதான் அக்காவின் பிறாண்டும் பழக்கத்தை நிறுத்த வழி சொன்னார். தன்னுடைய நீர் கோத்திருக்கும் வெளிர் கால் மூட்டுக்கள் வரை சேலையை உயர்த்திவிட்டுக் கால்களுக்கு எண்ணெய் பூசியபடி அக்காவின் பிறாண்டலிற்கான மருத்துவத்தைச் சொன்னார். அவர் எங்களூர் அம்மன் கோயிலில் கடைசியாக ஆடிய ஆட்டம் ஊராரின் நினைவுகளில் இப்போதும் இருக்கிறது என்று நான் அவரிடம் சொன்னபோது. அந்த ஆட்டத்திற்குத் தான் வேலுப்பிள்ளைப் பரியாரியார் தன்னுடைய சொத்தையே எழுதி வைத்திருக்கிறார் என்று சிரித்தபடி சொன்னார். உருக்குமணிதேவியின் ஆலோசனைப்படி - உருக்குமணியைக் வேலுப்பரியாரியாரின் வேண்டுகோளுக்கு இணங்கிக் கடத்திவந்து கொடுத்த - அப்பா அக்காவை அடைத்து வைத்திருந்த சமையலறைக் கதவை இரவுகளில் திறந்துவிட்டார்.

அதன் பின்னர், இரவுகளில் ஊர்ச் சந்திவேம்பு தாண்டிக் கப்பூதுத் தரவைவெளி, மஸ்கன் சீற் கொம்பனி அருகில் இருக்கும் வெங்காயத் தோட்டங்கள், கைத்தொழிற் பேட்டையின் குட்டைப் பத்தைகளில் எல்லாம் அக்காவைப் பார்த்ததாக ஊரார் பேசிக்கொண்டனர். அதன் பின்னர்தான் அம்மன் கோயிலின் கருவறைக்குள்ளும், வைரவர் கோயிலின் சூலத்திலும் குருதிக்கறை படிந்த துணித் துண்டுகள் தொங்கத் தொடங்கின.

அதை அச்சத்தின் தொடக்கமாக்கி அம்மம்மா "இது மூதன்னை வெளிக்கிருக்கும் காலம்" எனச் சொன்னார். நிலம் வெளுக்க முன்னர் அக்கா வீட்டு முற்றத்தைக் கூட்டுவதையும், நித்திய கல்யாணிப் பூக்களைக் கொய்வதையும் படிக்க வேளைக்கு எழும்பும் நாட்களில் பார்த்திருக்கிறேன். நிலம் வெளுக்கத் தொடங்கியதும் அக்கா குசினிக்குள் நுழைந்து உட்பக்கமாகப் பூட்டிக்கொள்வார்.

இரண்டு நாட்களாக வீடு திரும்பியிருக்காத அக்கா திரும்பிவந்தபோது அவரிடமிருந்து மீனின் வாசனை வந்தது. அவர் கையில் செய்தித்தாளில் சுற்றப்பட்டிருந்த வோக்கிடோக்கி ஒன்றையும் கொண்டு வந்திருந்தார். அக்கா இரண்டு நாட்கள் முற்றம் கூட்டாமல் இருப்பதையும், கொய்யப்படாத நித்திய கல்யாணிப் பூக்கள் வாடி உதிர்வதையும் வைத்தே நாங்கள் அறிந்து கொண்டோம். மணியம் மாமா குட்டியப்புலம் செம்பாட்டுத் தோட்டம் தாண்டி பலாலிப் பக்கமாக பற்றைகளை விலத்தி... விரிந்தமுடி காற்றில் பறக்க அக்கா போவதைப் பார்த்திருந்ததாகப் பலகாலம் கழித்து என்னிடம் சொன்னார். அப்போது அக்கா பலரின் நினைவுகளிலிருந்தும் அழிந்து போயிருந்தார். என்னிடமும் வோக்கிடோக்கியில் இருந்துவரும் குரல்களைக் கேட்டபடி அதன் முன்னால் தன் இரு கால்களையும் விரித்து அமர்ந்திருக்கும் வாடல் உருவமாகவே மிஞ்சியிருந்தார்.

• • •

தாக்குலுக்குத் தொடக்கக் கட்டளையிடும் தளபதியின் குரலைக் கேட்கும் நாட்களில், வோக்கிடோக்கியின் முன்னால் தன்னிரு கால்களையும் விரித்து புழையில் விரல்களை நுழைத்து மைதுனம் செய்யும் வேட்கை துப்பாக்கிப் படையை நெஞ்சிற்கு நேர் எதிர்கொண்ட அன்றும் அக்காவிற்கு அரூபமாய் எழுந்தது. அக்காவின் மைதுனம் செய்யும் கைகள் சந்திவேம்பின் தாழ்ந்த கிளைகளில் கிழித்த சாரத்துணியால் மடக்கிக் கட்டப்பட்டிருந்தன. வற்றியுலர்ந்த தேகத்தின் எலும்புகளில் முழு நீளக் கத்தரிப்பூ நிறச் சீத்தைச் சட்டை படிந்து போயிருந்தது. நிமிர்ந்த தலையில் அடர்த்தியான செம்பட்டை மயிர் முகத்தில்

அம்மாளாச்சி தன் கண்களின் முன்னால் இரத்தப்பலியை எடுக்க ஒருநாளும் விடமாட்டாள் என்று நிலத்தில் அடித்துச் சத்தியமும் செய்தார். இனி ஒருபோதும் மூதன்னை அம்மாளாச்சி ஊருக்குத் திரும்பி வரமாட்டாள் என்றும், அந்தக் காலம் மலையேறிப் போய்விட்டது என்றபடி எழுந்துசென்று அக்கா கட்டப்பட்டிருந்த சந்திவேம்பின் வேரில் தொட்டு 'எண்ட அம்மாளாச்சி' என்று கண்களில் ஒற்றிக் கொண்டார்.

சுருள்வில் உடைந்த துப்பாக்கியை அவர்களால் சரி செய்யமுடியவில்ல. அதை அவர்கள் தூக்கி வீசிடாமல் மிகவும் பத்திரமாக செய்தித்தாளில் பொதிந்து வைத்தனர். அக்காவுக்கான மாற்றுத் தண்டனை வகைகள் பலராலும் உரத்துச் சொல்லப்பட்டன. போராளிகளால் அந்தத் தண்டனை முறைகள் மூர்க்கமாகவும், உடனடியாகவும் நிராகரிக்கப்பட்டது மட்டுமில்லாது அவை காட்டுமிராண்டித்தனமான முறைமைகள் எனவும், மீறி முயற்சிப்பவர்கள் பாரிய விளைவுகளைச் சந்திக்கவேண்டிவரும் என்று எச்சரிக்கப்பட்டனர். "துவக்குகளை விடத் துல்லியமான கருவி இன்னும் கண்டுபிடிக்கப்படவில்லை புதுத் துவக்கு நாளைக்கு வந்துவிடும் ஒருநாளில் இந்த அழுகிய உடலுக்கு ஒன்றும் நடந்துவிடாது" என்றான் மிளகாய் சாக்கைப் போர்த்தியிருந்த போராளி. அக்காவின் தண்டனை அடுத்த நாளுக்குத் தள்ளி வைக்கப்பட்டிருப்பதை அறிவித்த போராளிகள் மோட்டார் சைக்கிள்களில் ஏறிச் சென்றனர். ஊரார் சந்திவேம்பை விட்டுக் கலைந்து சென்றபோது இருளத் தொடங்கியிருந்தது. புதிய கைத்துவக்கைப் பெரிய முகாமில் இருந்து எடுத்துவர இருவர் மோட்டார் சைக்கிளில் உடனடியாக விரைந்து சென்றார்கள். விரைந்து சென்றவர்கள் பின் ஒருபோதும் ஊர் திரும்பிவரவில்லை. அவர்கள் சென்ற மோட்டார் சைக்கிள் நெடுநாட்களின் பின்னர் ஊர்ச் சுடலையின் தூர்ந்த கிணறைத் தூர் வாரிய நாளில் ஊராரால் கறள் பிடித்துக் கண்டெடுக்கப்பட்டது. அதில் கட்டப்படிருந்த வெள்ளிச் சிலுவையை வைத்து மொறிஸ் அண்ணன் தன்னுடைய அப்பாவின் மோட்டார் சைக்கிள்தான் அது என்பதை உறுதிப்படுத்தினார். ஆனால், ஊராரின் நினைவுகளில் இருந்து துப்பாக்கி எடுத்துவர விரைந்து சென்றவர்களின் முகங்கள் முழுவதுமாக அழிந்து போயிருந்தன.

அக்கா, அக்குளிர் இரவில் வேம்பின் கிளைகளில் கட்டப்படிருந்த கைகளில் முழுப்பாரத்தையும் கொடுத்து ஆழ்ந்து தூங்கிப் போயிருந்ததைத்தான் பின் இரவில் மூத்திரம் பெய்ய வெளியில் வந்தபோது பார்த்ததாக, சுதுபுஞ்சே பஸ்ஸிற்குக் காத்திருந்த ஒரு மழைநாளில், கொடிகாமத்தில் வைத்து என்னிடம் சொன்னான். நான் திரும்ப ஊருக்கு போகப்போவதாக அவனிடம் சொன்னேன். இராணுவத்தால் ஆக்கிரமிக்கப்பட்ட ஊருக்குத்தான் ஒருபோதும் திரும்பிவரப்போவதிலை என்றும், வன்னிப்பக்கமாகப் போகப்போவதாகவும் சொன்னான். அதன் பின் ஒருநாளும் அவன் ஊருக்குத் திரும்பியிருக்கவில்லை. நான் அன்றைய பின்னிரவில் யன்னலூடே பார்த்தபோது அப்பா தூக்கம் வராமல் கயிற்றுக் கட்டிலில் புரண்டு கொண்டிருந்தார். அவருடைய கொட்டன் தடி அவரருகில் கிடந்தது. அக்காவின் உடல் எடையற்றுக் காற்றில் மிதப்பதுபோல தூரத்தில் தெரிந்தது. நான் அதிகாலையில் துப்பாக்கிவேட்டுகள் கேட்டுக் கண் விழித்தபோது மேற்கில் பலாலிப் பக்கமாக வெடிச் சத்தங்களும், ஷெல்லும் ஓயாமல் கேட்டபடியிருந்தன. கூர்ந்து கேட்டபோது சில துப்பாக்கி வேட்டுச் சத்தங்களும் கேட்டன. அம்மா உரப்பையில் சாமான்களை மூட்டையாகக் கட்டிக் கொண்டிருந்தார். எட்டி யன்னலூடு வெளிவாசலைத் தாண்டி அக்காவைப் பார்த்தேன். சந்திவேம்பின் கீழ் தன்னிரு கைகளிலும் அக்கா ஆழ்ந்து உறங்கிக் கொண்டிருந்தார்.

அம்மம்மா தான் ஒருபோதும் ஊரைவிட்டு வரப்போவதில்லை என்றும், உக்கி மண்ணோடு மண்ணாகப் போனாலும் அம்மாளாச்சியின் நிலத்திலேயே இருக்கப்போவதாகவும் உறுதியான குரலில் சொன்னார். குட்டியப்புலம் தோட்டாத்திற்கு நீர் இறைக்கச் சென்ற மான் மணியம் மாமா “இயக்கம் இரவோடு இரவாக கிளம்பிச் சென்றுவிட்டார்கள், ஒரு நாய்களையும் எல்லை முகாமில் காணவில்லை அவங்களுக்குத் தெரியும் ஆமி வெளிக்கிட்டு வரப்போறங்கள் என்று துலைஞ்சுபோவார்” என்று அழுவாரைப்போல சொன்னார். “ஆமி சற்றுத் தாமதமாக வெளிக்கிட்டு இருந்தார்கள் என்றால் செம்பாட்டுத் தறைக்கு தண்ணி கட்டி முடித்திருப்பேனே” என்று அங்கலாய்த்தார். நான் அப்பாவின் சைக்கிளில் அமர்ந்திருந்தபடி சந்திவேம்பைக் கடந்து சென்றபோது அக்கா கைகளில் முண்டு கொடுத்துத்

வைக்கவில்லையாம். அப்பாவின் கொட்டன் தடி, கடைசியாகப் பிளந்த கடைசி நெற்றிச் சில்லு மாஸ்ரருடையது என்றார் அம்மா. அப்பாவிடம் கேட்டால் "மூத்திரம் பெய்யப் போன இடைவெளியிலை கோயிலுக்கை நுழைந்துவிட்டார்கள் திருட்டு நாய்கள்" என்பார். பின்னொரு நாளில் வெள்ளவாய்க்காலை ஒட்டிக் கிடந்த L வடிவ பங்கரில் தேங்கியிருந்த வெள்ளத்தில் அப்பா கைத்துவக்கால் சுடப்பட்டு இறந்திருந்த அன்றும் வெள்ளிப் பூண்போட்ட கொட்டன் தடியும் அவரின் பக்கத்தில் இருந்தது. நீரில் ஊறிப் பலூன்போல ஊதிப் பெருத்திருந்த அவரது உடலை, அவசரமாகச் சுடலையில் எரித்தபோது அந்தத் தூமைக் கொட்டனையும் அவருடன் சேர்த்து எரிக்கச் சொல்லி அம்மா இரைந்து அழுதார். அப்படியே அந்தக் கொட்டனும் எரிக்கப்பட்டது. காடாற்ற வேண்டி அப்பாவின் சாம்பலைக் கிளறியபோது கொட்டன் தடியின் வெள்ளிப் பூண் தீயில் எரியாமல் பளபளப்புடன் மிஞ்சியிருந்தது.

L வடிவ பதுங்குகுழி: தண்டனை பெற்ற போராளியால் நேர்த்தியாக வெட்டப்பட்டிருந்த பதுங்குகுழியினுள் தொடக்கத்தில் குறை பீடித் துண்டுகளும், சாராயப் போத்தல்களுமே இறைந்து கிடந்தன. அடியில் கிழிந்த உரப்பையும் கிடந்தது. விமலா அன்ரி, வீட்டுக் குப்பைகளை அதனுள் கொட்டுவதையும் சில தடவை பார்த்திருக்கிறேன். அடுத்துவந்த மாரிகாலத்தில் வெள்ள நீரால் நிரம்பி வழிந்த பங்கரினுள் வாற்பேத்தைகளும் தவளைக் குஞ்சுகளும் முதலில் வளர்ந்தன. கோடையில் அந்த வெள்ள நீர் பங்கரின் அடியில் சிறு குட்டையாகத் தேங்கிநின்றது. மிக உக்கிரமான கோடை நாட்களிலும் நீர்த்தும்பும் மாட்டின் கண்கள் போல நீர் வற்றாமல் ஈரலிப்பாக இருந்தது. அப்பாவினது உட்பட, ஆறு உடல்கள் அந்தக் குட்டைநீரில் அழுகி மிதந்திருக்கின்றன. ஊர், பெயர் தெரியாத பெண்ணின் நிர்வாண உடல் நெடுநாட்களுக்குக் கவனிப்பாரற்று அதனுள் இருந்தது. அப்பா, உருக்குலைந்த அப்பெண்ணின் உடலைத் தென்னை ஓலையில் வளர்த்தி இழுத்து வந்து தனியாளாகத் தேசிமரத்தின் கீழே ஓர் ஊரடங்கு இரவில் புதைத்தார். அந்தப் பதுங்குகுழி ஊரின் வீ.சி. காணியில் இருப்பதால் யாராலும் அதனைத் தூர்க்க முடியவில்லை. இப்போதும் வற்றாத நீரின் அடியாழ ஈரலிப்புடன், பச்சை மண்வாசனையுடன் படுகுழி போல அங்கே இருப்பதை

ஊர்ப்பக்கம் போனால் வெள்ளவாய்க்காலின் முடிவில் காணலாம்.

பச்சை வோக்கிடோக்கி: ஓரங்களில் உடைந்து பச்சை நூல் நேர்த்தியாக வரியப்பட்டிருந்த பச்சை வோக்கிடோக்கி கனமானதாக இருந்தது. அதன் சிறிய வட்டமான கம்பிவலை தூசிபடிந்து எண்ணெய்ப் பிசுபிசுப்பில் இருந்தது. அதன் ஒலி அச்சமூட்டுவதாயிருந்தது. அக்கா அதில்வரும் ஆண் குரல்களை ஆர்வமாகக் கேட்டுக் கொண்டிருப்பார். பெண்குரல்கள் வரும்போது அவசரமாக அதன் சிறு முனையைத் திருப்பி விடுவார். வோக்கிடோக்கி இருண்ட சமயலறையின் ஒட்டடை படிந்த புகைபோக்கிப் பொந்திலும், பழைய காய்கறி போடும் கூடையிலும் இருப்பதைப் பார்த்திருக்கிறேன். ஒருநாள் இயக்கத்தின் தளபதி சமையலறைக் கதவை உடைத்துத் திறந்து அக்காவைக் கைது செய்தபோது ஊரின் முதலாவது வோக்கிடோக்கி வைத்திருந்த பெண் என்ற பெயர் அக்காவுக்கு வந்தது. அந்தப் பச்சை நூல் வரிந்த வாக்கி-டோக்கியை அக்காவிற்கு எதிரான முக்கிய சாட்சியாக ஊரின் முன்வைத்தபோது அது ஒருநாளும் வேலை செய்யாத துருப்பிடித்த வோக்கிடோக்கி என்றார் அக்கா. அதை அப்பாவும் தளபதியும் ஊராரும் யாருமே நம்பவில்லை.

(கபிரியேல் கார்சியா மார்க்கோஸ் நினைவுகளுக்கு)
● கார்த்திகை 2017

சிறு துளை

01

திருவைத் தேடி வந்திருந்த சின்னவனும், மொறீஸும் களைத்திருந்தனர். அவர்களது மென்நீலக் கட்டம்போட்ட சட்டை வியர்வைஊறி வரிவரியாக வெண் உப்பும், சேற்று நிறத்தில் புழுதியும் படிந்திருந்தது. நீண்டதூரம் நடந்தே வந்திருப்பது சோர்ந்து உற்சாகமிழந்திருக்கும் கண்களில் தெரிந்தது. ஆனால், வீட்டுப் படலைக்கு மேலாகத் திருவைப் பெயர் சொல்லி அழைத்த மொறீஸின் குரல் சோர்வேயில்லாத அதிகாரத்தின் வரண்ட தொனியில் இருந்தது.

திருவின் அம்மா தனபாக்கியம் வீட்டையொட்டி நீண்டிருந்த வெளிக்குந்தில் அமர்ந்திருந்தார். படலையிலிருந்து கூப்பிட்டதைக் கேட்காமல் சூடை மீனை வயிற்றுப்பக்கமாகக் கீறி, நீரிலிட்டு அலசிச் சுத்தம் செய்வதைப் பார்த்த மொறீஸுக்கு கடும் சினம் வந்தது. மொறுமையிழந்த மொறீஸ் படலையைத் தள்ளித் திறந்து வீட்டினுள் அடாத்தாக நுழைந்தான். இருவர் படலையைத் தள்ளித் திறந்து உள்ளே வருவதைப் பார்த்த தனபாக்கியம் மீன் அரிந்த சிறு கத்தியுடன், கைகளைச் சீலைத்தலைப்பில் துடைத்தபடி படலைப் பக்கம் வந்தார்.

ஏறு நெற்றியும், மிதப்புப் பல்லுமாக இருந்த மொறீஸ் சின்னவனை வீட்டின் பின்னால் கவனிக்கும்படி இரகசியமாகக் கைகளால் சைகை செய்துவிட்டு, தனபாக்கியத்திடம் மிதப்புப் பல்லில் சிரித்தபடி 'திருவைத் தேடி வந்திருக்கிறோம், தயவுசெய்து அவனைக் கூப்பிடுங்கள்' என்றான். தனபாக்கியத்திற்குச் சரியாக விளங்கவில்லை, அவர் தனது தலையை இடதுபக்கமாகத் திருப்பிக் குனிந்து கைகளைச் சேலைத் தலைப்பில் துடைத்தபடி இன்னும் கூர்ந்து கேட்டார்

‘அம்மா தாயே நாங்கள் இயக்கம் உங்கள் மகனைத் தேடி வந்திருக்கிறோம்’ தனபாக்கியத்திற்கு இயக்கம் என்றதும், மகனைத் தேடி வந்திருக்கிறோம் என்றதும் நன்றாகக் கேட்டது. ‘ஓம்... ஓம் பொடியள் நீங்கள் சுவாமி அறைக்கும் வரலாம் குறையில்லை, மோனை இல்லை அவன்ரை தேப்பனையும் தேடிவரலாம் குறையில்லை என்னுடைய அவரை இரண்டு வருடமாக நானும் தேடுறன்’ என்று மெதுவாகச் சொன்னார். தனபாக்கியத்தின் சினம் முழுவதுமாக வடிந்துவிட்டிருந்தது. அவருடைய பதில் மொறீஸுக்குச் சினத்தை தந்தது. ‘அம்மா நாங்கள் எல்லாருமே வீட்டுக்கு நாலுபேரைத் துலைத்து விட்டுத்தான் வந்திருக்கிறோம் சின்னவன்ரை தம்பியை வெட்டிப் புதைத்த இடத்தில் இன்னும் புல்லுக்கூட முளைத்திருக்காது’. ‘ஓம்... ஓம் மெய்தான் பிள்ளையள், எண்ட அவரும் துலைஞ்சுதான் போனார், மோன் சுடலையடித் தோட்டத்திற்குப் போயிருக்கிறான்’ என்றார். தனபாக்கியம் சுடலையடி என்றதும் மொறீஸ் உதடுகளில் சிரிப்புடன் ‘சுடலையடித் தோட்டத்தில் மகனுக்கு என்ன அலுவல்?’ எனக்கேட்டான். தனபாக்கியத்திற்கு அது விளங்கவில்லை திரும்பவும் தலையைக் குனிந்து காதைத் தீட்டினார். ‘அம்மா ஆளைக் கையோட கூட்டி வரச்சொல்லி ஓடர். ஆள் இல்லாமல் போகேலாது’

‘ஏன் மோனை சிரமப்படுறியள் அவன் வந்ததும் கையோடை கூட்டிட்டு வாறன்’

‘அம்மா தாயே நாங்கள் கம்யூனிஸ்டுகளை மட்டுமில்லை, அவர்களுடைய தாய்மாரையும் நம்புவதில்லை’ தனபாக்கியத்திற்கு மொறீஸ் சொன்னது நன்றாக விளங்கினாலும் கம்யூனிஸ்ட் என்பது துண்டாக விளங்கவில்லை.

திருவைக் கம்யூனிஸ்ட் என்றால் தோழர் லெனின் ஏற்றுக் கொள்ளமாட்டார். திரு எந்தக் கம்யூனிஸ்ட் கட்சியிலும் இருந்து கட்சிவேலை செய்தவரில்லை. தோழர் லெனின் ஏற்றுக் கொள்வாரா என்பது பிரச்சினையில்லை. திருவை இயக்கம் கம்யூனிஸ்ட்டாக அழைத்துச்செல்ல வந்திருக்கிறது. இயக்கத்தின் துல்லியமான புலனாய்வுக் கட்டமைப்பு, கடின பயிற்சிபெற்ற தீவிர வேவுக்காரர்கள் - கொப்பியும் கையுமாத் திரிந்து துல்லியமாகக் குறிப்பெடுத்துக் கொள்வது. சின்னக் கடுதாசிக் கசக்கலையும் பத்திரமாக மடித்து வைத்திருப்பது. அதன்

உச்சமாக அப்போது ஊரில் பிரபலமான புலனாய்வாளனாக அறியப்பட்ட சின்னத்தங்கம் (அதிர்ந்து பேசாத ஆழ்ந்த பளுப்புக் கண்கள், ஒட்ட நறுக்கிய மீசை) புலனாய்விற்காகக் கச்சிதமாக வேடமிட்டு உருமாறிச் செல்லும் கலையை ஆயுதப்பயிற்சிக்காக தமிழ்நாட்டில் தங்கியிருந்த காலத்தில் திறம்படக் கற்று வந்திருந்தான்.

அவன் எம்.ஜி.ஆரின் படங்களுக்கு 'மேக்கப் மேனாக' இருந்த வேலுவிடம் கற்றிருக்கலாம் என்று ஊரில் பேசிக் கொண்டார்கள். சின்னத்தங்கம் இந்தியாவில் நின்றிருந்தபோது எம்.ஜி.ஆருடன் எடுத்த புகைப்படத்தையும் பலருக்கும் காட்டியிருக்கிறான்.

சின்னத்தங்கத்தைத் துல்லியமாக வேடமிட்டு உருமாறி, துளைகளூடாக நுழைந்து செல்லும் அபாரமான ஆற்றல் ரெலோவை இயக்கம் அழித்த நாளில் இயக்கத்திடமிருந்து காப்பாற்றியிருந்தது. இயக்கம், ரெலோவின் முகாமை மூன்று பக்கமாகச் சுற்றி வளைத்து மூர்க்கமாகத் தாக்கியபோது முதலில் நெஞ்சில் காயப்பட்டு இறந்தவன் போலவும், பிறகு இயக்கப் பொடியன் போலவும் - சின்ன விரலின் தடிப்பிலிருந்த கண்ணாடிக் குப்பியைக் கழுத்தில் இருந்த ஓம் முருகன் பென்ரனுக்குப் பதிலாக கறுப்பு நூலில் கட்டி - வேடமிட்டு இயக்கத்தின் கொடூரமான முற்றுகையுள்ளிருந்து வெற்றிகரமாக உயிருடன் வெளியேறியிருந்தான். யாரும் தப்பிச்செல்ல முடியாதிருந்த இயக்கத்தின் இறுக்கமான முற்றுகையைச் சின்னத்தங்கம் தன்னுடைய வேடமிட்டு உருமாறும் அபாரமான திறமையால் உடைத்து வெளியேறியது இயக்கத்திற்கும் ஆச்சரியமாக இருந்தது. பின்னர் அவன் இயக்கத்துடன் சேர்ந்து இன்னும் துல்லியமான புலனாய்வாளனாகிப் போனான்.

சின்னத்தங்கம் தன்னுடைய மீசையை ஒட்ட மழித்து, இளநிலை இராணுவக் கப்டன்போல வேடமிட்டு, பலாலி இராணுவப் படைத்தளத்தினுள் குட்டியப்புலம் ஊடாக நுழைந்து அதன் முன்னரங்கப் பாதுகாப்பு முட்கடவைகளில் துளையிட்டுத் தீவிரக் கண்காணிப்பைக் கவனமாக உடைத்து, படைத்தளத்தின் இதயம் வரை ஊடுருவிச்சென்று, உள்ளே சோம்பலாகத் தூக்கத்திலிருந்த இராணுவத்தினருடன் கலகலப்பாகப் பேசிப் பம்பல் அடித்து மதியம் மீனும், சோறும் அவர்களுடன் பகிர்ந்து சாப்பிட்டு இராணுவத்திற்குச் சந்தேகமே இல்லாமல் திரும்பி வந்திருந்தது

புலனாய்வின் அடுத்த கட்டமான வேவு பார்ப்பதினதும், வேடமிடுவதினதும் உச்ச ஆற்றலாகப் பேசப்பட்டது. அவன் திரும்பி வரும்வழியில் பலாலியின் இதயம் வரை ஊடுருவிச் சென்றதன் அடையாளமாக இராணுவத்தின் சில காக்கி நிற உள்ளாடைகளைக் கையோடு எடுத்துவந்ததும், அதைத் தன் தீரத்தின் அடையாளமாக - முறியடிப்புச் சமரில் - சாகும் வரை நெஞ்சுக் கோல்சருக்குள் முலைப் புடைப்புப் போல அடைந்து வைத்திருந்ததும் சுவாரசியமானது. அதைவிடச் சுவாரசியமானது சின்னத்தங்கம் திரும்பக் குட்டியப்புலம் வழியாக இயக்கத்தின் கட்டுப்பாட்டு பகுதியினுள் நுழைந்தபோது அவனை வழிதவறிவந்த தீயூழ் இராணுவம் எனப் புலிகளின் எல்லைப் பாதுகாப்புப்படை வீரர்கள் கைது செய்த கதை.

கைது செய்த சின்னத்தங்கத்தைப் பெரிய முகாமிற்கு அனுப்பாமல் ஆள் மாறி ஆள் எல்லையிலேயே கட்டிவைத்து அடித்தார்கள். இரண்டு கைகளையும் பின்பக்கமாக நைலோன் கயிற்றால் இறுக்கமாகக் கட்டி அவன் முன்னால் சிவந்த செம்பாட்டு மணலைக் குவித்து, துவக்கால் மண்ணைச் சமப்படுத்தி அதில் பலாலியின் உள் வரைபடத்தை வரைந்து காட்டச் சொன்னார்கள். இரண்டு நாட்களும் இயக்கத்தின் அத்துணை கொட்டன் அடிகளையும், துப்பாக்கிப் பிடியின் இரும்புக் குத்துகளையும் தாங்கியபடி மனதை வேவுப்புலியாகவும், உடலை இராணுவமாகவும் உருமாற்றிச் சின்னத்தங்கம் தன்னுடைய கால்களால் பலாலியின் உள் வரைபடத்தை இண்டு இடுக்கும் விடாமல் வரைந்து காட்டிய பின்னர்தான் தன்னுடைய வேடத்தைக் கலைத்தான். ‘அடேய் சின்னத்தங்கமே நீ பிறவி வேவுக்காரண்டா’ என்று குட்டியப்புல எல்லைக்காவல் வீரர்கள் அவனை ஆதுரமாகத் தழுவிக்கொண்டார்கள். இப்படியான தீரமான புலிகளின் புலனாய்வுத்துறை வீரனான சின்னத்தங்கம் திருவைக் கையோடு அழைத்துவர ஆட்களை அனுப்பியிருக்கிறான்.

மொறிஸும் சின்னவனும் மருதங்குளத்தின் பழைய கல்மேடையில் திருவிற்காகக் காத்திருந்தனர். சின்னவன் சுண்ணாம்புக் கல்மேடையின் குளிர்மையில் துவக்கை வான் நோக்கிப் பிடித்தபடி வீதியைக் கூர்ந்து கவனித்தபடி இருந்தான். மொறீஸ் போதிப்பிள்ளையார் கோயிற் பக்கமாகப் பார்த்தபடி

இருந்தான். காயப்போட்ட குரக்கன் குடில்களினூடே வீதியில் இந்திய இராணுவ வாகனங்கள் நிரையாகச் சென்றபடியிருந்தன. இந்திய இராணுவத்தின் இலகு காலாட்படையும் சிறிய ரக சுடுகலன்களுடன் வீதியில் அடிக்கொருவராக நீளமான பச்சைக்கோடு போல நின்றிருப்பதும் தூரத்தில் தெரிந்தது. அவர்களின் ஒவ்வொரு அசைவையும் இருவரும் ஊன்றிக் கவனித்தபடி இருந்தனர். தாகமெடுத்தபோது சின்னவன் துவக்கைப் பின்பக்கமாகக் கொழுவியபடி குந்தியிருந்து இரண்டு கைகளாலும் குளத்து நீரை மொண்டு குடித்தான். சேறு மணக்கும் மருதங்குளத்தின் வற்றியநீரில் அல்லிக்கொடியின் அழுகல் வாசனை வந்தது.

மதியச் சமையல் முடித்த தனபாக்கியம் குத்தரிசிச் சோற்றையும் சூடைமீன் சொதியையும், கத்தரிக்காய் தீயலையும் இரண்டு தட்டுகள் நிரம்பப் போட்டு அவர்களுக்குச் சாப்பிடக் கொடுத்தார். கல்மேடையைச் சுற்றி விரிந்திருந்த சின்ன நீள்சதுரத் துண்டு வயல்களைப் பார்த்தபடி நீண்டநாட்களின் பின்னர் இருவரும் சாப்பிட்டார்கள். சின்னவன் இரண்டாம் முறையும் சோறும் சொதியும் கேட்டு வாங்கினான். மஞ்சள் சொதியில் நறுக்கிப் போட்டிருந்த புளிப்பு மாங்காய்த் துண்டுகள் நல்ல சுவையாக இருந்தன.

நிலமிருண்டபோது; திரு, அகலக் கரியர் சைக்கிளில் மஞ்சள் ரொபின் மிசினுடனும் தோட்டத்திற்கு நீர் இறைக்கும் கறுத்த பிளாஸ்ரிக் வயருடனும் வந்தான். அவனுடைய கால்களில் செம்பாட்டு மண் அப்பி உலர்ந்திருந்தது. பாதங்கள் நீரில் நின்று நீர்த்தவளையின் அடிவயிற்றின் வெளுப்பில் இருந்தது. அப்படியே திருவை இருவரும் அழைத்துச் சென்றனர். திரு அவர்களின் அழைப்பிற்கு மறுப்பு ஏதும் சொல்லாமல் அவர்கள் நடந்துசென்ற அழுக்கு வழித்தடத்தை கவனமாகப் பின் தொடர்ந்து சென்றான். குட்டையான நாயுருவிப் பற்றைகள், இருண்ட குச்சு ஒழுங்கைகள் ஊடாக நடந்து சென்றபோது கைவிடப்பட்ட உடைந்த வீடுகளையும், கழுத்துக் கயிறு அறுத்து விடப்பட்டிருந்த பருமனான மாடுகளின் மணி ஓசைகளையும் மட்டுமே அவர்கள் கேட்டனர். மக்கள் ஊர்மனைகளைக் கைவிட்டுவிட்டு மறைந்து சென்று விட்டிருந்தனர்.

அந்த நீண்ட பயணத்தில் ஒரே ஒருமுறை மட்டும் சின்னவன் திருவுடன் கதைத்தான். அவனால் நம்ப முடியாமலிருந்த புதிரை அறிந்து கொள்ளும் விருப்பமே அவன் உரையாடலில் தெரிந்தது. இத்தனை பேர் இருக்க சின்னத்தங்கம் ஏன் திருவைத் தெரிவு செய்தான் என்பதை அவனால் புரிந்து கொள்ளவே முடியவில்லை. திருவிடம் அதற்கான பதில் இருக்கும் என்பதையும் சின்னவன் நம்பவில்லை என்றாலும் அவை குறித்தே திருவுடன் பேசினான். இந்திய இராணுவத்தின் நெருக்கமான முற்றுகையைக் கடந்து... திரு, சுடலையை ஒட்டியிருந்த வயலிற்குச் சென்று வருவதை இருமுறை கேட்டு உறுதிசெய்த பின் தன்னுடைய தலையைப் பலமாக இரு முறைகளாட்டிச் சென்று வந்ததை நம்புவதாகத் திருவிடம் சொன்னான். முடிவில் சின்னத்தங்கம் தான் மட்டும் அங்கிருந்து தப்பிச் செல்லும் வழியைத் தேடிவிட்டதாக, மின்னல் சின்னவனின் மூளையில் வெட்டி மறைந்தது.

ஆனால், மொறீஸ் அது குறித்து அலட்டிக் கொள்வதாகவே தெரியவில்லை. அவன் திருவை, சின்னத்தங்கத்திடம் அழைத்துச் செல்லும் வழியை இருளில் தீவிரமாகத் தேடி முன்னால் விரைந்து சென்றபடி இருந்தான். ஒளிப்பொட்டுகளே இல்லாத அந்த இருளில் ஒவ்வொருவரையும் அசையும் நிழல் உருவங்களாக மட்டுமே அருகில் உணர்ந்துகொள்ள முடிந்தது. மூவருக்குமிடையில் கனத்த மௌனமும் இருளுமே அதிகமும் இறுகிக்கிடந்தன. இறுகிய இருளைக் கிழிப்பதுபோல ஒழுங்கைகளின் ஒவ்வொரு திருப்பத்திலும் மொறீஸ் நின்று நிதானித்து மெல்லிய சீழ்க்கை ஒலித்தான். சின்னவனும், திருவும் விட்டுவிட்டு ஒலிக்கும் மெல்லிய நீண்ட சீழ்க்கை ஒலியை இருளினுள் பின் தொடர்ந்து சென்றனர்.

02

சின்னதங்கம் தன் நெஞ்சுக் கோல்சர், துணிப்பைகள் எல்லாம் கவனமாகச் சலித்துத் தேடியதில் கைத்துப்பாக்கியின் ஒரு குண்டு மட்டுமே மிச்சமிருந்தது. தப்பிச் செல்வதற்கு இன்னும் கொஞ்சம் ஆயுதங்களாவது வேண்டும். சாப்பாட்டு முகாமின் நடுவிலிருந்த இலுப்பை மரத்தின் கிழக்கு பக்கமாக கால்களினால் அடிமேல் அடிவைத்து நடந்தால், சரியாக இருபதாவது அடியில் நிலத்தைக்

கிளறினால் பொலித்தீன் பைகளில் சுற்றிப் பாதுகாக்கப்பட்ட ஆயுதங்கள் கிடைக்கும் என்பதை சின்னத்தங்கம் நினைவுகூர்ந்து சொன்னான். அவர்களுக்கு முன்னரே அந்த ஆயுதங்களை எடுத்துச் சென்றிருந்தால், சாப்பாட்டு முகாமிலிருந்து கூப்பிடு தூரத்திலிருக்கும் வீதியைக் குறுக்கறுத்துச் சுடலையை ஒட்டியிருக்கும் வயல்வெளிகள் கடந்து குட்டைப் பற்றைகளில் தூக்கணாங்குருவிக் கூடுகளும் சவுக்கமரங்களும் அடர்ந்திருக்கும் சதுப்புநிலத் தரவையினுள் இறங்கிவிட்டால், சதுப்புநிலக் குட்டைப் பற்றைகளின் இலைமறைவுகளில் புதைந்திருக்கும் பூவரசம் இலை நரம்பு போன்ற ஒற்றையடிப் பாதைகளின் இழைபிடித்து அங்கிருந்து எங்கும் அவர்களால் தப்பிச் சென்றுவிட முடியும்.

மூன்று நாட்களின் முன்னர் சாப்பாட்டு முகாம் வந்து சேர்ந்தபோது முகாம் முற்றிலுமாக எரிக்கப்பட்டிருந்தது. கல் கட்டிடங்கள் கரிப்பிடித்து எரிந்து முறிந்த தீராந்திகளுடன் இருந்தன. இலுப்பை மரம் கரிய கோடாகவே எஞ்சியிருந்தது. நிலம், விதைப்பு வயல்போல் உழப்பட்டிருந்தது. நிலத்திலிருந்து புகை மெல்லிய கோடாகவும் சுருள்சுருளாகவும் விரிந்து பரவியபடி இருந்தது. சில இடங்களில் இன்னமும் சின்ன வெடிச்சத்தத்துடன் கொப்புளம்போல நிலம் வெடித்துப் பிளந்து கொண்டிருந்தது. கருகிய நிலத்தினுள் இண்டு இடுக்காகத் தேடியும் ஆயுதங்கள் ஒன்றும் அவர்களுக்குக் கிடைக்கவில்லை.

இந்திய இராணுவம் அவர்களை மீன் வலைபோல ஊடறுத்திருந்தது. தங்கள் தாக்குதல் அணிகளிலிருந்து முற்றிலுமாகச் சிதறித் தனித்திருந்த அவர்கள் அங்கிருந்து தப்பிச்செல்ல மக்கள் கைவிட்டுச் சென்ற ஊர்களையும், இடிந்த பெருங்கட்டிடங்களையும் மிகக் கவனமாகக் கடக்க வேண்டி இருந்தது. வலையின் முடிச்சுகளில் இராணுவத்தை எதிர்கொள்ளாமல் நழுவிச் செல்ல இருண்ட அறைகளிலும், மரங்களிலும், நிலத்தின் பொந்துகளிலும் சொற்ப உணவுகளுடனும் பகலில் மறைந்திருந்தார்கள். கடைசியாக அவர்கள் மறைந்திருக்கும் பாடசாலையின் பெண்கள் கழிவறைக்கு அருகிலிருந்த அறையினுள் கால் வைக்க இடமில்லாமல் பழைய விவசாயச் சாமான்கள் நிரம்பியிருந்தன. கைப்பிடி உடைந்து துருப்பிடித்த தெருவலை மண்வெட்டி,

நெளிந்த பிக்கான், எரு மூடைகள், பிளாஸ்டிக் பைகளில் அடைக்கப்பட்ட பயற்றம் விதைகள், துருப்பிடித்த சிறிய கத்திகள், மரக்கலப்பையின் உடைந்த துண்டுகளுடன் கொஞ்சம் உரப்பைகளும், ஏராளம் சிலந்திவலைகளுடனும் இருந்த அறையுள் சின்னவன் எரு மூட்டைகளின் மேல் துருப்பிடித்த கத்தியின் கூரைக் கைகளால் தடவியபடி படுத்திருந்தான். மொறீஸ் கிழக்கு மூலையில் உரப்பையை விரித்துச் சுவரோடு சாய்ந்து இருந்தான். சின்னத்தங்கம் யன்னல் அருகில் வைக்கோலைப் பரப்பி அதன்மேல் உரப்பையை விரித்துப் படுத்திருந்தான்.

பின் வளவில் மயிர்களுடன் கருகிய முழு ஆட்டு மாமிசம் மட்டும் கிடைத்தது. சின்னவன் ஆட்டின் கால்களில் பிடித்து தொடைப்பக்கமாகப் பிய்த்து எடுத்தான். இளஞ்சூட்டுடன் ஊன் வழிய நன்றாக வெந்த இறைச்சியின் வாசனையுடன் ஆட்டின் மொச்சை வாசனையும் மயிர் கருகிய வாசனையும் கலந்து வந்தது. ஆட்டின் இரண்டு கொழுத்த தொடைகளையும் உரப்பையில் பொதிந்து எடுத்துக் கொண்டான். மூன்று நாட்களும் பசிக்கும்போது துருப்பிடித்த கத்தியால் ஊன் வழியும் வெந்த இறைச்சியை வெட்டி உண்டுவிட்டு பாடசாலைக் கிணற்றில் நீரை அள்ளி வயிறு முட்டக் குடித்தார்கள்.

சின்னவனும், மொறீஸும் புறப்பட்டுச் சென்றதும் சின்னத்தங்கம் அறையில் தனித்திருந்தான். மீதமிருந்த ஒற்றைக் குண்டைக் கைகளில் ஏந்திப் பார்த்தபடி படுத்திருந்தான். குமரி இருட்டுப் பிரியாத அதிகாலையில் சிவந்த கண்களுடன் முழித்திருந்த சின்னத்தங்கம் யன்னலின் துருப்பிடித்த கம்பிகளுக்குள்ளால் காறி உமிழ்ந்தான். உலர்ந்த தொண்டையிலிருந்து சளியும், சளி கலந்த எரு யன்னலைத்தாண்டி விழுந்தது. எருவின் தடித்த வாசனையை முகர்ந்து நாசியில் எருவே படிந்திருந்ததை நினைத்தபோது கசப்பாக இருந்தது. இருளைக் கிழித்தபடி பின் பக்கமாக சீழ்க்கை ஒலி கேட்டது. யன்னல் இருளினுள் நன்றாகக் கூர்ந்து பார்த்தான். மொறிஸுடைய மெல்லிய சீழ்க்கையைக் கண்டுகொண்டதும் கசப்பு மறைந்து துடியாக உற்சாகம் பிறந்தது. மைதானத்தைச் சுற்றி அவனிடம் வந்துசேரக் குறைந்தது அய்ந்து நிமிடங்களாவது ஆகும் அதற்குள் அவன் தயாராகிவிட வேண்டும்.

மெழுகுதிரியைக் கொழுத்தித் தெருவலை மண்வெட்டியின் கைப்பிடியில் வைத்தான். மெல்லிய ஒளியில் வைக்கோலில் விரித்திருந்த உரப்பையின் ஓரமாக இராணுவச் சப்பாத்தை வைத்தான். நீரில் ஊறிக் குறண்டியிருந்த கால் விரல்களிலிருந்து இறுக்கமான சப்பாத்தைக் கழற்றியதும் கால் தசைகள் நெகிழ்ந்தன. குதிப்பக்கமாக கிழிந்திருந்த காலுறையைக் உரிந்து சப்பாத்துகளின் மேல் வைத்தான். முரட்டுத் துணியில் தைத்திருந்த வெளிறிய பச்சை ஜீன்சை உரிந்து மடித்து உரப்பையின் நடுவில் வைத்துவிட்டு தன் அழுக்குபடிந்த நீல ரன்னிங்-ஷோட்ஸை எலாஸ்டிக்கில் இழுத்துச் சரிசெய்து கொண்டான். அழுக்கு நிற ரீ-ஷேட்டை மடித்து ஜீன்ஸின் மேல் வைத்தான். பாரம் இல்லாத கைத்துவக்கை ரீ-ஷேட்டின் மேல் வைத்துவிட்டு, தலைமுடியைக் கலைத்துவிட்டான்.

அய்ந்து நிமிடங்களின் பின்னர் அவர்கள் அறையினுள் நுழைந்த போது சின்னதங்கம், மெல்லிய ஒளியில் யன்னலின் சட்டத்தில் கொழுவியிருந்த உடைந்த கண்ணாடித் துண்டில் முகம் பார்த்தபடி நனைந்த மஞ்சள் வேரினை முகத்தில் தேய்த்தபடி இருந்தான். அவனது முகத்தில் மஞ்சள் நீர்ப்படலம் ஈரலிப்பாக இருந்தது. திரு, வலது கால்களில் ஒட்டி உலர்ந்திருந்த செம்பாட்டு மண்ணைக் காலால் உருத்தினான்.

சின்னத்தங்கம் தனது தாடையைத் தடவியபடி சின்னவனுடனும், மொறீஸுடனும் தடித்த குரலில் கட்டளைகள் கொடுத்தான். முடிவில் ‘விடியப்போகிறது நீங்கள் புறப்படுங்கள், சனத்தோடு சனமாக கரைந்து விடுங்கள் போகும்போது மறக்காமல் கதவை வெளிப்பக்கமாகப் பூட்டித் திறப்பை யன்னலூடே எறிந்துவிட்டுச் செல்லுங்கள்’. சின்னவனும், மொறீஸும் துண்டுக் கண்ணாடியைச் சலனமில்லாமல் பார்த்தார்கள். சின்னத்தங்கம் ‘ம்... ம்... வெளிக்கிடுங்கள்’ என்று உறுமலான குரலில் இரைந்தான். இருவரும் குண்டுகள் இல்லாத துவக்கை, உரப்பையில் சுற்றித் தோள்களில் கட்டிக் கொண்டனர். உலர்ந்த விதைகளில் கொஞ்சத்தைப் பைகளில் நிரப்பி எடுத்துக் கொண்டு அங்கிருந்து புறப்பட்டுச் சென்றனர். கதவு வெளிப்பக்கமாகப் பூட்டப்பட்டு, திறப்பு உருவி எடுக்கப்படும் சத்தம் கேட்ட பின்னரே சின்னத்தங்கம் திருவின் பக்கமாகத் திரும்பினான். மெழுகுதிரியின் இருண்ட ஒளியில் அவனுடைய முகம்

மஞ்சளாக ஒளிர்ந்தது. உதடுகள் தடித்துக் கறுத்து இருந்தன. காதுகளின் ஓரங்களில் கற்றையான தடித்த கோரை முடிகள் அச்சம் தருவதாயிருந்தன. பழுப்புநிறக் கண்கள் சிவந்தும், புறாக்குஞ்சின் இரைப்பையாய் உப்பியுமிருந்தது.

03

கண் விழித்தபோது ஓர்மை தவறி நிர்வாணமாய் இருந்தான். ஆழமாக மூச்சை இழுத்தபோது நெஞ்சுத் தசைகள் வலித்தன. காற்றில் மூத்திரவாசனை வந்தது. மெல்லிய வலி தலையிலிருந்து உடல் முழுவதும் ஊர்ந்து சென்றது. பாதி உடைந்திருந்த மேற்கூரையில் கண்களைக் குவித்தபடி அப்படியே சிறிது நேரம் படுத்திருந்தான். துண்டு வானம் இளநீல நிறத்தில் தெளிவாக இருந்தது. செந்நிற அலகுக் கொக்குகள் இளநீலப் பின்னணியில் பறந்து சென்றன. மேற் சுவரில் வெண்கட்டிகளால் ஆண்குறிகளும், பெண்குறிகளும் அலங்கோலமாகக் கிறுக்கப்பட்டு அழுக்கும் தூசும் படிந்திருந்தன. அவனால் தன் உடலைக் கொஞ்சமும் அசைக்க முடியவில்லை தசைகள் முறுகிய நார்க்கயிறு போல இறுகிக்கிடந்தன. காய்ந்த குருதி வயிற்றில் கெட்டியாகிச் சொரசொரப்பாக உறைந்திருந்தது. கண்களைத் தாழ்த்திச் சுற்றிப் பார்த்தான். கழிவறையின் உடைந்த மலக்குழியும், அழுகிய இறைச்சித் துண்டுகளுமேயிருந்தன. சிதறிக் கிடக்கும் இறைச்சித் துண்டுகளில் கண்ணாடி இழைபோல மினுங்கும் சிறு புழுக்கள் உயிர்துடிப்புடன் உடலைக் குறுக்கி நெளிந்தன. புழுக்களின் உயிர்த்துடிப்பில் கண்களைக் குவித்து நழுவும் ஓர்மையை நினைவில் இருந்து எடுத்துவர முயன்றான். அவனது நினைவுகளில் இருண்ட போர்வையால் போர்த்தியது போன்று எல்லாம் இருண்டிருந்தன. நினைவுகள் அழிக்கப்பட்டது போலவும், நினைவுகளே இல்லாத வெறுமையான அறையாகவும் அவனது ஓர்மை இருந்தது. அவனால் எதையும் புரிந்து கொள்ளவோ, கிரகித்து அறிந்து கொள்ளவோ முடியவில்லை. சிரமப்பட்டுக் கைகளை ஊன்றி எழுந்தபோதும் நிலத்தில் வலிமையாகத் தன்னிரு கால்களை ஊன்றி நிற்பதற்கு நேரம் எடுத்தது. கழிவறையின் சுவரைப் பிடித்தபடி மெதுவாக நடந்து வெளியே வந்தான். பச்சைப் புதர்கள் மண்டிய உடைந்த கட்டிடங்கள் மட்டுமே அங்கிருந்தன.

92 | தர்மு பிரசாத்

உடைந்த கட்டிடங்களின் நுனிகளில் மெல்லிய பசிய போர்வை போன்ற தளிர் இலைகள் சடைத்துப் படர்ந்திருந்தன.

அவனால் மிக மெதுவாகவே நடக்க முடிந்தது. முட்புதர்களினுள் வெறும் கால்களை கவனமாக வைத்தபோது முட்கள். கால்களில் தைத்த முட்களின் வலிகளை அவனால் உணர்ந்து கொள்ள முடியவில்லை. நினைவுகளைப் போலவே வலியும் கறுப்புப் போர்வைக்குள் தன்னை மறைத்துக் கொண்டது. இடையில் கழிவறைச் சுவற்றைப் பிடித்தபடி தன்னை நிறுத்தி மூச்சை ஆழமாக உள் இழுத்தபோது பேய்த்தனமாக வலித்தது. மூச்சை இழுக்கும்போது நரம்புகளில் ஊர்ந்த வலியை அவனால் நன்றாக உணரமுடிந்தது. வலிக்கும் இடத்தைச் சரியாகத் தொட்டு அடையாளப்படுத்த முடியவில்லை. அது அழிந்த நினைவுகளிலிருந்து எழும் வலியாகவும், ஆதி உயிர் மூச்சின் வலியாகவும் அவனிடம் எஞ்சியிருந்தது.

புதர் மூடிய கட்டிடங்களைச் சலித்துத் தேடியதில் அறையில் கொஞ்சம் உடுப்புகளும் ஒரு துப்பாக்கியும் கிடைத்தன. கிடைத்த தொழதொழப்பான தடித்த பச்சை ஜீன்சை அணிந்து கொள்ள அவன் மிகவும் சிரமப்பட வேண்டியிருந்தது. அழுக்கும் வியர்வையுமாயிருந்த ரீ-ஷேட் அவனுடலோடு ஒட்டி அளவானதாக இருந்தது. தடித்த காலுறைகளையும் குதியுயர்ந்த கால்களை இறுக்கும் இராணுவச் சப்பாத்தையும் அணிந்தபோது அவனால் இயல்பாக எழுந்து நிற்க முடிந்தது. மெல்லிய பச்சை இரும்புக் கவசமாக அவனுடலை பச்சை உடைகள் பாதுகாப்பாகப் போர்த்தியிருந்தன. துவக்கை எடுத்து இடுப்பில் செருகிக் கொண்டபின் இலகுவாக நேராக நிமிர்ந்து நடக்கவும் முடிந்தது.

புதர்ப் பற்றைகள் மூடியிருந்த கட்டிடங்களை விலத்தி, கல் வீதிக்கு வந்தபோது அங்கே கால் வைக்கவே இடமில்லாமல் பழைய ‘லீகல்’ அளவுக் காகிதங்களும் பிறப்புச் சான்றிதழ்களும் சுக்கலாகக் கிழித்து வீசப்பட்டிருந்தன. சோகையான காற்றிலும் வேலிகளிலும் கிழித்து வீசப்பட்டிருந்த காகிதக் குப்பைகள் எழுத்துகளாகவும் மொழியாகவும் அலைந்தபடியிருந்தன. அவனால் அந்த எழுத்துகளைப் புரிந்து கொள்ள முடியவில்லை. சிறுசிறு துண்டுகளாக மீதமிருந்த காகிதங்களில் நெளியான கோடுகளாகவே தன் நினைவுகளில் எழுத்துகளைப் பதிய

ஆனைக் கோடரி | 93

முடிந்தது. இன்னும் சில அடிகள் காகிதக் குப்பையினுள் எடுத்து வைத்தபோது வலி நரம்புகளினூடே நெஞ்சில் பரவுவது அவன் ஓர்மையில் துலங்கிவந்தது. அவன் இடது கையால் நெஞ்சைப் பிடித்தபோது பச்சை ரீஷேட்டில் இரத்தம் ஊறி, கைகளில் சிறு ஓடையாகி வழிந்தது. அழுக்கு ரீஷேட்டைத் தூக்கியபோது நெஞ்சிலிருந்து இரத்தம் துடித்துப் பாய்ந்தோடியது. கைகளால் நெஞ்சை இன்னும் அழுத்தமாக அழுத்தியபோது இதயத்தின் மேலாக ஒரு துப்பாக்கி குண்டு வழுக்கிச் செல்லக்கூடிய சிறு வட்டத்துளை இருப்பதை அவன் விரல்கள் கண்டன. விரல்களில் வழிந்த சிவந்த இரத்தம் சிறு ஓடையாகிப் பச்சை ஜீன்சை நனைத்து, குதிஉயர்ந்த முரட்டு ராணுவச் சப்பாத்துகளில் ஊறி, நிரம்பி, அவன் தன் ஓர்மையில் நெளி உருவங்களாகப் பத்திரப்படுத்தியிருந்த மொழியின் மீது சிவந்த திரவமாகப் படர்ந்தது.

● யூலை 2019

ஆனைக் கோடரி

எலுங்கப் பாறை முகட்டில் இருவர் தயங்கிநிற்பது தெரிந்தது. தயக்கம் எதிர்பார்த்ததுதான். மழைநீர் அரித்து, வழுக்குப் பாசியோடிருக்கும் அபாயமான செங்குத்துச் சரிவு குறுக்கிட்டதில் ஏற்பட்ட தயக்கம்.

இருவரது அசைவுகளும் பட்ட அசைவுகளாக முகில் மடிப்புகளினுள் தெரிந்தாலும், அவர்களுடைய கண்களில் கனலக்கூடிய அச்சத்தை மலையின் கீழ் இருந்தே என்னால் உணரமுடிகிறது. கற்பனையில் கால் இடறினால், கீழே ஆழத்தில் ஆற்றின் குறுக்காகக் கட்டப்பட்டிருக்கும் கல் அணையின் மடிப்பில் உடல் கிடைக்கும், சிவந்த தசைக் கூழாக.

எங்கள் முறிக்கு, செங்குத்துச் சரிவைக் கடந்து இதுவரை ஒருவரும் வந்ததில்லை. அய்யாவிற்கு மட்டும் சரிவின் வழுக்கும் அபாயம் தண்ணிபட்டபாடு. அவரும் கூட செங்குத்துச் சரிவினூடாக மலையின் எதிர்ச் சரிவில் இருக்கும் கிராமங்களிற்கு சித்திரை மாத முதல் நாளில் மட்டும் செல்வார். கூடவே எருமைத் தொடை வற்றலும், கொன்னமினியா தேனும் வாட்டிய எருமைத் தோலும், அம்மா அரைத்துப் பசையாக்கிய அமரங்கா மரப்பட்டையையும் எடுத்துச் செல்வார்.

அன்று, வழமையாக அணியும் அழுக்குச் சாரத்தை உரிந்துவிட்டு வெள்ளை வேட்டியும் சட்டையும் அணிந்து கொள்வார். வேட்டியின் மேல் அகலமான இடுப்புப்பட்டியை வரிந்து இறுக்கமாகக் கட்டுவார். இடுப்புப் பட்டியிலிருக்கும் மீன் செதில் வடிவ மடிப்பில் அம்மா ஒரு சிறு மடக்குக் கத்தியைச் செருகிவிடுவார். அய்யாவிற்கு இறுக்கமாகப் பின்னிய பிரப்பங்கூடை போன்ற தேன்மெழுகுத் தேகம். வேட்டி - சட்டையில் அவர் மெலிந்து விசித்திரமாகத் தெரிவார். தேன்

மெழுகுநிறத் தேகத்தின் ஒளி குன்றிவிடும். கைத்தசைகள் தொய்ந்து தொங்கும். முகத்தின் சுருக்கங்கள் கோரமான வளைவுகளுடன் வெளித் தெரியத் தொடங்கும். உதடுகளைக் காவிப் பற்களால் கடித்துக் கொள்ளும்போது அவரிடமிருந்த சொற்ப இளமையும் வடிந்து, உடல் தளர்ந்து தீராத ரோகியின் உடல் போலாகிவிடும்.

அய்யா உதடுகளைப் பிரித்தால், ஒன்றில் உண்பதற்காக இருக்கும் அல்லது கொட்டாவி விடுவதற்காக இருக்கும். வார்த்தைகள் முடிந்துவிடும் என்ற பதட்டத்தில் அவற்றை எண்ணி எண்ணியே கதைப்பார். அம்மாவிற்கு அய்யாவின் வார்த்தைகள் அவசியமில்லை. அவரது கண்களைப் பார்த்தே அவருடைய விருப்பங்களைத் துல்லியமாகத் தெரிந்து கொண்டுவிடுவார். அக்குலா மீனைச் சுவையாகச் சமைப்பது, முதுகைப் பொச்சு மட்டையால் உரஞ்சிச் சுடுநீரில் குளிப்பாட்டுவது, இரவுகளில் தன்னுடைய நிர்வாண உடலைப் போர்வையுனுள் கதகதப்பாக்கிக் காத்திருப்பது என அத்தனையையும் கண்களில் இருந்தே புரிந்து கொள்வார். அவை அம்மாவின் விருப்பங்களா என்று குழம்பும் அளவிற்கு மிகத் துல்லியமாகத் தயாராக இருப்பார் அம்மா.

எனக்கு அய்யாவின் கண்களில், பொலன்காவின் உக்குறுணிக் கண்களில் தெரியும் கபடமே தெரியும். இரு சொட்டு விசத்தை இனாமாகக் கொடுத்திட யாராவது கிடைக்க மாட்டார்களா என்று பாக்கோயா மரத்தின் வேரோடு வேராகச் சோம்பலாகப் படுத்துக்கிடக்கும் பொலன்காவின் கபடம். எந்த மந்திரங்களாலும் கட்டிவைக்க முடியாத கொடும் விசமும் கபடமும் நிறைந்த கண்களவை. அவற்றில் கட்டளைகளோ, அன்போ, பரிவோ, இரக்கமோ தெரிவதில்லை.

அய்யா மலையேறிச் செல்லும் நாளில் மட்டும் அம்மாவும் நானும் முறியில் தனித்திருப்போம். அன்று இரவு அம்மா என்னுடன் திண்ணையில் உறங்குவார். எங்களை நொச்சிப்பூவின் புளிப்பு வாசனை சூழ்ந்திருக்கும். அம்மா, என் முடிகளுள் விரல் நுழைத்து மெள்ள வருடிவிடுவார். அவருடைய வெள்ளுடலினுள் இருக்கும் குளுமையை வெள்ளைப் பனியின் சில்லிடலில் கை விரல்களில் உணரமுடியும். மூடிய கண்களின் ஆழத்துள் இளஞ்சிவப்புச் செதில்களை அசைத்து அசைத்து அக்குலா மீன் நீந்துவதையும் உணரமுடியும்.

மல்கௌடா குருவி 'சட்' எனத் தலையை வெட்டித் திருப்புவது போல, அய்யா கருக்கலிலேயே முறிக்குத் திரும்பி வந்துவிடுவார். எலுங்கப் பாறை முகட்டிற்கு அவர் வர முன்னமே அவருடைய அசைவை உச்சியில் கண்டுபிடித்துவிடுவேன். மலை உச்சியில் கொட்டைப்பாக்கு அளவில் அவருடைய அசைவு தெரியும். தலைச் சுமையும், புழுதிபடிந்த வெள்ளை வேட்டியும் மெல்லிய பனிப்புகாரில் மறைந்து மறைந்து தெரிவதைக் கீழிருந்து பார்த்துக் கொண்டிருப்பேன். தலைச்சுமையில் வெள்ளை உப்பும், மிளகும், காய்ந்த தேயிலை இலைகளும் இருக்கும். அய்யாவே அவற்றை எடுத்துச் சென்று முறியினுள் வைப்பார். மற்றும்படி அவரை பகலில் முறியினுள் பார்க்க முடியாது. முறி வேலைகள் அவருக்குத் தெரியாது.

அம்மா, காலையிலேயே சிறு துண்டுகளாக நறுக்கிய மரை வற்றல்களைத் தேனிலிட்டு பட்டறையுள் எடுத்துவைப்பார். அய்யா, வற்றல் துண்டுகளில் ஒன்றைத் தன்னுடைய கொடுப்பினுள் அதக்கி வைத்திருந்து, அதன் சாறை மெள்ள மெள்ள உமிந்து குடித்தபடி இருப்பார். அவருடைய தாடையில் தேனின் ஒரு துளியும் ஒட்டியிருக்கும்.

உமிந்தபடியே, வெள்ளைக் களிமண் உலையின் முன்னால் நாள்முழுவதும் அமர்ந்திருப்பார். அவரது கைகள் இலைவடிவ அம்பு நுனிகளைச் செய்தபடி இருக்கும், எவ்வளவு முடியுமோ அவ்வளவு மெதுவாக, டக்கோயா ஆமையின் மெது நடைபோல.

அவருக்கு அம்பு நுனிகள் செய்ய மட்டுமே தெரியும். வருடம் முழுவதும் அம்பு நுனிகளைச் செய்தாலும் இரண்டு கைகளாலும் அள்ளக்கூடியதான சொற்பமான அம்பு நுனிகளையே அவரால் செய்ய முடியும். பின் அவற்றை நேர்த்தியாகவும் முழு ஈடுபாட்டுடனும் நாள் முழுவதும் மெருகேற்றிக் கொண்டிருப்பார். பிறவியின் நோக்கமே அம்பு நுனிகள் செய்வது மட்டுமே என்ற நளினமும் இலாவகமும் அதில் இருக்கும். அம்பு நுனிகள் மட்டுமே செய்யும் அவரை யாரும் திறமான வேலையாள் எனச் சொல்வார்களா தெரியாது. அவர் செய்யும் அம்பு நுனிகளுக்கு சன்மானமாக பொலஸ்காக்கள் தரும் காட்டு எருமையின் கொழுத்த தொடை வற்றல்களில் 'திறம் வேலை' என்ற பறைசாற்றல் கொன்னமினியா தேனின்

புளிப்பில் இருக்கும். அந்தப் புளிப்பை அய்யா ரசிப்பதோ கண்டுகொள்வதோ இல்லை.

தேய்பிறையின் கரிய இரவுகளில் பொலஸ்காக்கள் முறிக்கு வருவார்கள். பொலஸ்கா என்றால் தோலில் முற்திட்டுகளுடன் இருக்கும் பாலில்லாப் பலாப்பழம். அவர்களைப் பொலஸ்கா என்றழைப்பது அவர்களுக்குத் தெரியுமா தெரியாது. ஆனால் அவர்களின் தடித்த உதடுகள் அச்சு அசலாக பொலஸ்காவின் கருஞ்சிவப்புச் சுளைகள் போலவே இருக்கும். எண்ணெய் பூசிய முடியை நேர்த்தியாகப் பின்னி, பின்னலை உச்சியில் கொண்டையிட்டு, கொண்டையில் ஒரு மரச் சீப்பைச் செருகி வைத்திருப்பார்கள்.

ஒரு கரிய பொலஸ்கா கூன் முதுகு போல எருமைத் தொடையை தோளில் சுமந்தபடி பட்டறைக்குள் வருவார். அவரின் பின்னால் பழுத்த பொலஸ்கா பழத்தின் சிவந்த சுளைக் கண்கள் போல பொலஸ்காக்களின் கண்கள் இருளுள் ஒளிந்திருக்கும். எருமைத் தொடையுடன் ஒரு பழுத்த இலையையும் பட்டறை வாசலில் தொங்கவிட்டுச் செல்வார். ஒற்றைப் பழுத்த இலையே அய்யாவும் அவர்களும் பேசிக் கொள்ளும் மௌன மொழி. அதில் இடையறாத ஒரு தொடர்ச்சியும் இருப்பதாகப்பட்டது. அவர்களுடைய ஒற்றை இலை மொழி விடியும்வரை எருமைத் தொடையுடன் பட்டறை வாசலில் தொங்கும். இலையின் வடிவத்தை வெள்ளைக் களிமண் அச்சுக்களாக அம்மா சுட்டு எடுப்பார். ஒற்றை இலை மொழி இருபது சிவந்த களிமண் அச்சுகளாகிவிடும்.

பொலஸ்காக்கள் எப்போது திரும்ப வருவார்கள் எனத் தெரியாது. அவர்கள் திரும்ப வரும்போது டக்கோயா ஆமை தனது மெது நடையை முடித்து ஓய்விலிருக்கும். அம்பு நுனிகளும் தயாராக இருக்கும். அம்பு நுனிகளின் தரம், திறம் என்றால் இன்னுமொரு எருமைத் தொடையைப் பரிசாகத் தொங்கவிட்டுச் செல்வார்கள். அரிதாக இரண்டு. அய்யாவிற்கு நான்கு கொழுத்த தொடைகளும் ஒரு தேன் குடுவையும் விட்டுச் செல்வார்கள். கொஞ்சம் புளிப்பாக இருக்கும் திறமான கொன்னமினியா தேன். அய்யா அவற்றைத் தொடுவதில்லை. அம்மா தான் அவற்றை முறியின் கூரையில் தூக்கணாங்குருவிக் கூடுகள் போலக் கட்டித் தொங்கவிடுவார்.

அம்மாவுக்கு முறி வேலைகள் மட்டுமல்ல பட்டறை வேலைகளும் தெரியும். அய்யா சிரமப்படும் கற்பாறைகளைக் கூட இலகுவாகப் புரட்டிவிடும் தென்பும் அவரிடம் இருக்கிறது. அம்மாவின் வெளிர் உடலில் கன்றுக்குட்டியின் துள்ளல் இருக்கும். அய்யாவிடம் ஆயிரம் வருடங்களாக உழுது கால் மூட்டுத் தேய்ந்து ஓய்ந்த கிழட்டுக் காளையின் அசைவுகளே இருக்கும். அம்மாவின் திரட்சியான உடற்கட்டில் மிடுக்கும், வலிமையும் இருந்தாலும் கூர்ந்து கவனித்தால் அவருடைய நடையில் ஒரு பிசிறும், அதை அவர் திறம்பட மறைப்பதும் தெரியும். அவர் வலது காலை ஒரு நொடித் தயக்கத்தின் பின்னரே நிலத்தில் ஊன்றுவார். அது, பழுத்த புண் ஒன்று பாதத்தில் இருக்கிறது என்ற அச்சத்துடன் வைப்பது போலிருக்கும். கூர்ந்து கவனித்தால் மட்டுமே அந்த நொடித் தயக்கம் தெரியும். அந்தப் பிசிறை ஊரார் யாராவது அறிந்திருப்பார்களா தெரியாது.

ஆற்றைத் திருப்பி அணை கட்டியபின், ஊர் எங்களுடைய முறியிலிருந்து பின்னகர்ந்து வெகுதூரம் சென்றுவிட்டது. கைவிடப்பட்டுத் தூர்ந்த வீடுகளும், காட்டுச் செடி படர்ந்த புற்பாதைகளுமே எஞ்சி இருக்கின்றன. ஊராருக்கு எங்கள் முறியினுள் புழங்குவதற்கு அச்சம் இருந்தது. 'ஆனை விழுந்தான் முறி' என்று சொல்லி விலகியே இருப்பார்கள். சல்லியன் மட்டும் அச்சமின்றி வருவார். அதை நிரூபிப்பதற்கான எந்த ஆதாரங்களும் என்னிடம் இல்லையென்றாலும், அவர் அய்யாவின் தூரத்து உறவினன் என்பது என்னுடைய சிறுவயது மனப்பதிவு. எனக்கு அய்யாவிடமிருந்து கிடைத்திருக்கும் கூர் மூக்கு, ஒடுங்கிய தாடைகூட சல்லியனிடம் இல்லை. தடித்த உதடுகளும், சுருட்டை முடியும், தெறிகள் இல்லாத உப்புபடிந்த சட்டையுமே சல்லியன். அய்யா சல்லியனுக்கு சொற்ப மண் வெட்டிகள் செய்து கொடுப்பார். அவர் அம்பு நுனிகள் தவிர்த்து மண்வெட்டிகள் மட்டுமே சல்லியனிற்குச் செய்து கொடுப்பார்.

சல்லியன் மண்வெட்டிகளுக்குச் சன்மானமாக அய்யாவிற்கோ அல்லது அம்மாவிற்கோ மரை வற்றல்களோ தேன் குடுவைகளோ கொடுக்கிறாரா எனத் தெரியவில்லை. ஆனால், எனக்கு நிறையவே தந்திருக்கிறார். அவருடைய கண்கள் உட்பட. திண்ணைக் கட்டிலில் டவுணக்கிய புற்போர்வைக்குள் படுத்திருந்தபடி மலைகளுக்கும் காடுகளுக்கும் அப்பாலிருக்கும்

விநோதமான மனிதர்களை, புரியாத மொழிகளை, கிளர்ச்சியூட்டும் பழக்கவழக்கங்களை, நெருக்கமான விலங்குகளை, துடிப்பான பறவைகளை, மந்திரவாதிகளின் கொடூர முகங்களையெல்லாம் சல்லியனின் கண்களூடாகவே பார்த்திருக்கிறேன். அவருடைய கண்களினூடாகப் பார்க்கும் நிகழ்வுகளில் மர்மமும், அச்சமூட்டும் அமானுஷ்யத்தின் கரிய நிறமும் சேர்ந்தே இருக்கும்.

எங்கள் முறிக்கு அருகில் தூர்ந்து, முட்செடிகள் அடர்ந்த சேற்றுக் குட்டைகளாகப் பெரிய இரண்டு குழிகள் இருக்கின்றன. அணைக்கட்டு கட்டிய நாட்களில் அதற்கு மண் வேண்டித் தோண்டிய குழிகள் என்றார் அம்மா. அந்தக் குழிகள் மண்டிப்போகாத வரலாற்றின் மண் அடுக்குகளாலும், காட்டுராசனின் கண்ணீராலும் நிறைந்தது என்பது சல்லியனின் கண்களூடாகப் பார்த்தாலே தெரியும். சல்லியன் அவற்றைக் காட்டு ஆனைகள் பழக்க வேண்டித் தோண்டிய ஆனைக்குழிகள் என்றார். குழிகளைச் சுற்றித் தோப்பாக இருக்கும் ஏராளம் தென்னைகளைப் பார்த்தால் அவர் சொல்வதை நம்பாமல் இருக்கமுடியாது. அதற்கு அடுத்ததாக அவர் சொன்னவற்றைக் கேட்டதும் நான் பெரிதாக வெடித்துச் சிரித்தேன். 'சிரிப்பு இல்லை மோனே மெய்தான்' என்றார். என்னைக் கூர்ந்து பார்த்தார், நான் அவற்றை நம்பவில்லை என்பது அவருக்குப் புரிந்துவிட்டது. 'இது என்ன தெரியுமா?' என்றார். அவரது விரல்கள் சுட்டிய இடத்தில் கையடக்கமான சிறு கோடரி ஒன்று சுவரில் தொங்கியது. காலங்காலமாக அங்கே தான் இருக்கிறது. கவனிப்பார் இன்றி. பிடி அரக்கு நிறத்தில் வழுவழுப்பாக இருந்தது. இரும்பு முனையில் தேன் தடவிய பளபளப்பில் நல்ல கூராகவேறு இருந்தது. நன்கு கனிந்த குகுலு பழத்தை வெட்டினால்கூட அதன் முனை ஒடிந்துவிடும். அவ்வளவு மெல்லியதாக இருந்தது.

'ஆனை பிடிக்கிற கோடாலி, அதுதான் ஆனைக் கோடாலி' என்றார் சல்லியன். அவருடைய கண்கள் விசேஷமானது மட்டுமல்ல விசித்திரமானதும்கூட.

ஆனைக் கோடாலியை வைத்து வளர்ந்த காட்டு ஆனைகளைப் பிடிக்கலாம். ஆனைகளைக் குட்டியாக, குழிப்பொறி வைத்துப் பிடிப்பார்கள். குட்டியாக என்றால் பழக்கி எடுப்பது மிக

இலகு. வளர்ந்த ஆனைகளைப் பிடித்து என்னதான் செய்வது? ‘அந்தக் காலத்தில் பறங்கியர்களுக்கு வருடத்திற்கு அய்ம்பது ஆனைகள் கொடுக்க வேண்டும், ஆனைக்குட்டி எப்போது வளரும் அதை எப்போது கொடுப்பது, விடுவார்களா பறங்கியர் கொட்டியாரத்துப் பீரங்கிகளைக் கண்டிப் பக்கமாகத் திருப்பிவிட மாட்டார்கள்...’ என்றார் சல்லியன்.

காட்டு ஆனைகள் எப்போதும் முன்னங்கால்களில் ஒன்றைத் தூக்கியபடியே தூங்குவன. தூக்கியிருக்கும் காலில் ஆனைக் கோடாலியால் ஒரு வெட்டு வெட்டவேண்டும். சிறியதாக பிறை வடிவில், அவ்வளவுதான் முடிந்தது. ஆனை, பனம்பழம் போல ‘தொப்’ என்று சுருண்டு விழுந்து நிலத்தோடு நிலமாகப் படுத்துவிடும். தூங்கும் ஆனையின் காலை வெட்டுவது சின்னக் காரியம் இல்லை. உடல் முழுவதும் ஆனைப் பிண்டத்தை பூச்சிச் சென்றாலும் ஆனையை நெருங்கவே முடியாது. தூக்கத்திலும் அதன் காதுகள் கூர்மையாக இருளைச் சலித்தபடி இருப்பன. வாலில் தேவைக்கு அதிகமாக இருக்கும் ஒரு முடியைக்கூட, ஆனை பிடுங்கவிடாது.

பொலஸ்காக்கள் ஆனைக்காலை வெட்டி ஆனை பிடிப்பதில் அசகாய சூரர்கள். ஆனால், அவர்கள் ஓர் எருமைக் கன்றைக்கூட மேலதிகமாகக் கொல்லமாட்டார்கள். பொலஸ்காக்கள் வருடத்துக்கு ஓர் ஆனை பிடித்து கண்டிராசனுக்குக் கொடுத்தாலே அதிகம். பறங்கியருக்கு அது எம்மாத்திரம். பொலஸ்காக்களுக்கு பறங்கியரின் சொற்களும் பொருட்டில்லை. கண்டிராசன் சட்டமும் அவர்களிடம் எடுபடாது. காட்டின் குரலை மட்டுமே தலைகுனிந்து கேட்பவர்கள் அவர்கள், அதனால் ஆனை பிடித்துக்கொடுக்க மறுத்துவிட்டார்கள்.

இராச சிங்கன் காலத்தில் ஆனை பிடிப்பவர்களுக்கு நல்ல மதிப்பும், வருமானமும் கிடைத்தது. பொலஸ்காக்களின் ஆனை பிடிக்கும் வித்தையை எல்லுப்பேள இரகசியமாக அறிந்து கொண்டார். அவர் கண்டிராசனுக்கு அம்புகள் செய்து கொடுக்கும் பட்டறை வைத்திருந்தார். இரும்பு வேலையில் அவருக்குச் சொற்ப வருமானமே கிடைத்தது. வெளிவேலைகளை எடுத்துச் செய்யலாம், செய்தால் கண்டிராசா தலையைச் சீவிவிடுவார். இரும்பு வேலையால் உருண்டு திரண்டிருந்த திரள் திரேகக் கட்டுடன் காட்டினுள் வந்து இறங்கினார் எல்லுப்பேள. கைகளில்

சிறிய கையடக்கமான ஆனைக் கோடரியும், பொலன்காவின் நீல விசத்தின் துளிகளும் இருந்தன. கூடவே ஆனையை நெருங்கிச் செல்லும் பொலஸ்காக்களின் இரகசியமும் தெரிந்திருந்தது.

ஆனைகளின் காலில் பிறைவடிவில் வெட்டுகளை வெட்டினார். 'தொப்' என்று விழுந்த பெண் ஆனைகள் எழுந்திருக்க அய்ந்து நாட்கள் ஆகும். ஆண் ஆனைகள் மூன்று நாட்களில் எழுந்திருக்கும். எத்தனை நாட்கள் சென்றாலும் வெட்டுக் காயம் ஆறாமல் பிறைவடிவில் நீலமாக இருக்கும். காலை நிலத்தில் ஊன்றவே அஞ்சி நடுநடுங்கி ஆனைகள் கண்ணீர் உகுக்கும். அவற்றின் சிறிய கண்களில் இருந்து கண்ணீர் எலுங்க அருவிபோல கோடாகக் கொட்டும். அவ்வளவு வலி. நரம்பில் குத்தூசியைச் செருகி வைத்ததுபோல 'விண்' என்று வலிக்கும்.

பொலன்ஸ்காவின் கொடிய விசத்தை, கோடரி நுனியில் நீலப் படலமாகப் பூசியிருப்பார் எல்லுப்பேள. ஆனை மூளைக்கு கால்களின் வழி பொலன்ஸ்கா விசம் மெள்ள ஏறும். விசம் ஏறிய ஆனைகள் இளைத்து, மூர்க்கம் வடிந்து, கைச் சொடுகுச் சத்தம் கேட்டாலே பயந்து கால்களை மடித்து நிலத்தில் அமர்ந்துவிடும். பிறைவடிவ வெட்டு ஆறாத பழுத்த புண்ணாய் அதன் மூளையினுள் அச்சுப்போல பதியும். அரிதான இப்பிலிப்ச் சாறுதான் விசத்திற்கு முறிமருந்து. அதைப் பசையாக்கிப் பூசினால் காலில் காயம் ஆறும். நினைவில் பிறைவெட்டு அப்படியே பதிந்திருக்கும். பிறகு ஆனைக்கு முன்னால் தென்னங்குருத்தை நீட்டினால் போதும். முன்னங்காலை மெதுவாக நொண்டி நொண்டி அறுபது கட்டை நடந்து கொட்டியாரத்துக் கடற்கரையில் தரித்திருக்கும் பறங்கிக் கப்பலுக்குள் தானாக ஏறிவிடும்.

எல்லுப்பேள, மிகச் சொற்ப நாட்களிலேயே பொலஸ்காக்கள் அஞ்சும்படி நிறைய ஆனைகளைப் பிடித்தார். அவருடைய திறமையில் கட்டுண்ட கண்டிராசன் காட்டில் ஆனை பிடிக்கும் மொத்த உரித்தையும் தாளப்பத்து மடலில் அவருக்குச் சாசனமாக எழுதிக் கொடுத்தார். எல்லுப்பேள வம்சத்தினர் மூத்த பிள்ளைகளுக்கு மட்டும் கோடரி வித்தையையும், முறிமருந்து இரகசியத்தையும் கற்றுக் கொடுப்பார்கள் என்றுவிட்டுச் சல்லியன் என்னுடைய முகத்தையே உற்றுப் பார்த்தார். இந்தமுறை நான் வெடித்துச் சிரிக்கவில்லை.

உதடுகள் பிரியாமல் மெதுவாகச் சிரித்தேன். திசைக்கு ஒன்றாகத் தொடர்புகள் ஒன்றும் இல்லாமல் சிதறிக் கிடந்த நூல் துண்டுகள் எல்லாம் பெரியதொரு வலையின் கண்ணிகளாகக் கச்சிதமாக இணைத்துவிட்ட திருப்தி அவருடைய கண்களில் தெரிந்தது.

எலுங்கப் பாறை முகட்டில் தயங்கிநின்ற இருவரும் செங்குத்துச் சரிவைக்கடந்து கீழே இறங்கினார்கள். அதுவொரு புதிய தொடக்கம். இருவரும் பாரமான ஓர் அழுக்குமூட்டையை மாற்றி மாற்றித் தோள்களில் சுமந்தபடி வந்தார்கள். மிக அருகில் வந்த பிறகே தெரிந்தது, அவர்கள் தோள்களில் சுமந்து எடுத்துவந்தது அழுக்குத் துணிமூட்டை இல்லை, அது காயம்பட்ட மனிதனின் இரத்த அழுக்கான சிவந்த உடல். உருக்குலைந்திருந்த உடலை, பட்டறைக்கு முன்னாலிருந்த மரத்திண்டில் இருவருமாக வளர்த்தினார்கள். உடல், வதங்கிய வாழைத்தண்டாக வெளிறியிருந்தது. முதலாமவர் பட்டறையினுள் இருந்த அய்யாவிடம், 'அய்யா கொஞ்சம் நீர் கிடைக்குமா?' எனப் பரிவான குரலில் கேட்டார். அய்யா முறி வாசலைப் பார்த்தார். அங்கு அம்மா கைகளில் நீர்க்குடுவையுடன் தோன்றினார். மரத்திண்டில் வளர்த்தியிருந்த உடலைப் பார்த்ததும் அவருடைய பச்சை விழிகள் அகலவிரிந்தன, கைகள் வியர்த்தன. நீரை முதலாமவரிடம் கொடுத்தார். குனிந்து காய உடலின் நெஞ்சில் கட்டப்பட்டிருந்த குருதிச் சாரத்தை தன்னுடைய நடுங்கும் விரல்களினால் அவிழ்த்தார்.

'தப்புவது கடினம், இரண்டு குண்டுகள் நெஞ்சைத் துளைத்துச் சென்றிருக்கின்றன' என்றார். புழுதிச்சாரத்தை மடித்துக் கட்டியிருந்த முதலாமவர். கால்களில் இரப்பர் செருப்பு அணிந்திருந்தார். அவரது மார்பு முடிகளும் இரத்தத்தில் ஊறிக்கிடந்தன.

'உயிர் இன்னும் இருக்கிறது' என்றார் அம்மா நம்பிக்கையுடன். அவரது உதடுகள் இறுகின.

'அவசரத் தகவல் ஒன்று தலைமையகத்திற்கு எடுத்துச் செல்ல வேண்டியிருக்கிறது, பக்கத்தில் ஆஸ்பத்திரி ஒன்றும் இல்லையா?' எனக்கேட்டார் மற்றவர்.

ஆனைக் கோடரி | 103

‘ஆஸ்பத்திரிக்குத் தூரம் செல்ல வேண்டும். அதுவரை உயிர் தங்குவது கடினம்’ என்றார் அம்மா தீர்க்கமான குரலில். அவரின் பதட்டம் இன்னும் குறைந்திருந்தது.

‘ஏதாவது வழி இருக்கிறதா?’ இரண்டாமவர். அவரது கண்களில் இறைஞ்சும் கெஞ்சல் தொனி இருந்தது. கொஞ்சம் பூடகமானவராகத் தெரிந்தார்.

அம்மா காயங்களின் இரத்தக் கறைகளை மிகச் சுத்தமாக கழுவினர். கழுவிய காயங்கள் இரு சிறு இரத்தப் பொட்டுகளாகச் சிறுத்து விட்டிருந்தன. சின்னி விரலை நுழைக்கக்கூடிய இரத்தப் பொட்டுக்களிலான துளை. துளையினுள் அமரங்கா இலைகளைப் பிழிந்து பசுஞ்சாற்றைத் துளிகளாக இட்டார். உயிர்த்துளிகள் துளையுள் சொட்டுக்களாக நிரம்பின. நிரம்பிய துளைகளை ஒக்குவா இலைகளை வைத்துக் கவனமாக மூடினார். கையில் வழிந்த பசுஞ்சாற்றை தலையில் அழுத்தித் தேய்த்தார்.

உடலைத் தூக்கிவந்த இருவரின் முகங்களிலும் ஆச்சரியமும், வியப்பும் தோன்றும்படி வதங்கிய உடலினுள் மெல்லிய மூச்சின் ஓட்டம் தெரிந்தது. முறிக்கு எதிரிலிருந்த மண்குடிசையினுள் கட்டிலில் வைக்கோலைப் பரப்பி அதன்மேல் டவுனக்கினியா பாய்விரித்து அதிலே காயம்பட்ட உடலை வளர்த்தினர். குடிசை வாசலை அம்மா தாளப்பத்து மடலால் இறுக மூடினார். இருவரும் தங்களுடைய துப்பாக்கிகளைத் தாழ்த்தி அம்மாவிற்கு மகிழ்வுடன் ‘நன்றி’ கூறினார்கள். அம்மா துப்பாக்கிகளை விட்டுவிட்டு நன்றியை மட்டும் சிறு புன்னகையுடன் உதடுகளை மடித்து வாங்கிக் கொண்டார்.

இருவரும் அணையில் தங்களுடைய குருதிக் கறைபடிந்த உடலைச் சுத்தமாகக் கழுவி, ஆசைதீர நீந்தினார்கள். பின், அம்மா சமைத்த அக்குலா மீனும் சுடுசோறும் சாப்பிட்டனர். அவசரத் தகவலின் துணைக்கு ஓர் எருமைத் தொடையையும் தோளில் சுமந்தபடி தலைமையகம் நோக்கி விரைந்து சென்றார்கள்.

அம்மா, தினமும் காயத்தின் புண்வாயில் பச்சிலை பிழிந்துவிட்டார். புதிய அமரங்கா இலைகளால் மூடிக் கட்டுகளை இட்டார். தேறிவரும் உடலின் தலைமாட்டில் சிட்டி விளக்கை ஏற்றிவைத்தார். மூன்றாம் நாள் உடல் மெல்ல அசைந்தது. அந்த மூன்று நாட்களும் அம்மா தலையில்

நெச்சிப்பூ சூடியிருந்தார். நெச்சிப் பூ சூடும் நாட்களில் அய்யா பட்டறையுள் தனியே படுத்துக் கொள்வார்.

உடல் தேறி குடிசையினுள்ளிருந்து வந்த மனிதர் முற்றிலும் புதிய மனிதராக இருந்தார். எல்லாவிதத்திலும் யாரோடும் ஒப்பிட முடியாத வசீகரமும், நித்தியமான புன்னகையும் அவரின் நெளியும் உதடுகளிலிருந்தன. தலைமுடி பிடரியிலும் கழுத்திலும் படிந்திருந்தது. சற்றுநேரத்தின் பின்னரே அவருடைய மர்மமான வசீகரத்தின் இரகசியம் புரிந்தது. அகலமான முகத்தில் சிறு சுருள்சுருள்களாக அடர்ந்து வளர்ந்திருந்த கருந்தாடியே அந்த மர்ம வசீகரத்தின் தொடக்கம், முடிவு கண்களில் ஒளிர்ந்த கபடமின்மை. தன்னுடைய தூயவெள்ளை மனதை விரித்துத் தன் கைகளிலே பிடித்திருந்தார். இல்லை, அவருடையது குருதிச் சிவப்பு நிறமான மனம்.

போராளி என்று தன்னை அறிமுகம் செய்தார். எனக்குப் ‘போராளியின்’ அர்த்தம் புரியவில்லை. அம்மாவிற்கும்தான். புன்னகை மாறாமல் போராளியைப் பலவிதங்களில் விளக்கிச் சொன்னார். புரிவது போலவும் இருந்தது ஆனாலும் புரியவில்லை. தன் பெயர் புரட்சி என்றார். அது இன்னும் குழப்பியது. திண்ணையில் என் அருகில் அமர்ந்திருந்து ஏராளம் கதைகள் சொன்னார். அத்தனையும் போர்க் கதைகள். நிணமும் சதையும் அழுகைளும் சிறிய பித்தளைக் குண்டினுள் நிரம்பியிருந்த கதைகள். தன்னுடைய துப்பாக்கியை நெஞ்சின் குறுக்காகவே எப்போதும் கொழுவி இருந்தார்.

சல்லியனின் கண்களினுள் விசித்திரமும், கடந்தகாலத்தின் அமானுஷ்யமும் இருந்தது என்றால் புரட்சியின் கண்களினுள் காட்டுத்தீயின் வெம்மையும் எதிர்காலமும் இருந்தது. வெம்மை, அலுப்புத் தரும் வெம்மை. வேட்டுகளைச் சுட்டபடி முன் நகர்ந்து செல்வதில், எதிரியைக் கொலை செய்வதில் என்ன சுவாரசியம் இருக்கிறது? புரியவில்லை. எனக்குப் புரியவில்லை என்பது அவருக்குப் புரிந்திருக்க வேண்டும். சுவரில் தொங்கிய கோடரியைச் சுட்டிக்காட்டினார். வரலாற்றின் உள் மடிப்புக்களில் இருந்து ஆக்ரோசத்துடன் எழுந்து வந்திருந்த அந்தக் கையடக்கமான ‘ஆனைக் கோடரியைத்’தான்.

'சின்னவனே கோடாலிகளின் காலம் முடிந்துவிட்டது, இனித் துப்பாக்கியின் காலம்' என்றார். நெஞ்சிலிருந்து துப்பாக்கியை எடுத்து அதன் இரும்பு முனையால் போர்வைக்குள் இருந்த என் கால்களைத் தொட்டார். ஒரு கணம் தயங்கி 'என்ன?' எனக் குழப்பத்துடன் கேட்டார்.

அம்மா முறியினுள் இருந்தபடி, 'அதுக்கு இளம்பிள்ளை வாதம். எப்பவும் படுத்துத்தான் கிடக்கும், வெளிக்கு இருக்கக் கொல்லைக்குத் தூக்கிப் போவதுதான் சிரமம்' என்றார். புரட்சி நித்தியமாகச் சிரித்தபடியே 'போலியோ என்று நினைக்கிறேன் அது அரிதாவே இரண்டு கால்களையும் செயல் இழக்கச் செய்யும்' என்றார். பின் ஏதோ யோசித்தவராக தனக்குள் 'ம்... கடினம் தான்' என்றார். எனக்கும் கேட்டது.

பின்வந்த நாட்களில் துப்பாக்கிகளின் காலம் பிறந்துவிட்டது அல்லது கோடரிகளின் காலம் முடிந்துவிட்டது என்று நம்பும் நிகழ்வுகளே முறியைச் சுற்றி நிகழ்ந்தன.

புரட்சியின் மண்குடிசைக்கு மூன்று வேளைகளும் உணவுகளையும், குடிபானங்களையும் மகிழ்வுடன் எடுத்துச் சென்றார் அம்மா. அபூர்வமான காட்டுவாத்தின் இறைச்சியும் சமைத்துக் கொடுத்தார். புரட்சி குளிப்பதற்காக நீரை மிதமாகச் சூடாக்கிக் கொடுத்தார். அய்யாவின் இரண்டு சோடி உடுப்புகளையும் அவருக்குக் கொடுத்தார்.

அம்மா, மாலை நேரங்களில் தன்னுடைய சேலைத் தலைப்பை ஒதுக்கியபடி வெளிர் பாதங்களால் நீரை அளைந்தபடி அணைக்கட்டில் அமர்ந்திருப்பார். புரட்சி அணையினுள் கைகளை வீசி நீந்திக் கொண்டிருப்பார். அவர் அம்மாவின் ஆடைகளைத் தோய்த்து உலர்த்தி அழகாக மடித்துக் கொடுத்தார். அம்மாவின் முகத்தில் ஒரு மிடறு பொலிவு கூடி, பச்சைக் கண்களும் சிரித்தன. நடையில் பிசிறாக இருந்த அந்த நொடித் தயக்கத்தையும் கூர்ந்து கவனித்தும் அறியமுடியவில்லை. இரவுகளில் புரட்சியின் குடிசையினுள் வெகுநேரம் இருந்துவிட்டே முறிக்குத் திரும்பினார். அப்போது அவருடைய உதடுகளில் அபூர்வமாகப் பூக்கும் குறுநகை பூத்திருந்தது. அவர்கள் உள் இருக்கும்போது தாளப்பத்து மடலினல் குடிசை வாசல் மூடியே இருந்தது.

என்னுள் இன்னது என்று சரியாகப் பிரித்தறிய முடியாத மகிழ்ச்சியின் ஊன் பிரவகித்தது. துடிப்பும், மகிழ்ச்சியும், கபடமில்லா கண்களும் கொண்ட அப்பாவின் வருகையாக இருக்கலாம். அக்குலா மீன்; கல் அணைகளை உடைத்து, தன் இளஞ்சிவப்பு செதில்களை அசைத்து... அசைத்து நீந்தியது.

அத்தனையும் சில நாட்கள்தான். அம்மா சிவந்த கண்களுடன் அழுதபடி மண்குடிசையில் இருந்து வெளியே ஓடிவந்த ஒற்றை காலையுடன் எல்லாம் முடிவிற்கு வந்தது. வழமையின் சோம்பலுடன் விடிந்த பகல் இரவின் அமானுஷ்யத்தின் பரபரப்பில் முடிந்தது.

குடிசையின் உள்ளே என்ன நிகழ்ந்தது என்று சரியாகத் தெரியவில்லை. குடிசையின் குரல்களும் வெளியில் கேட்பதில்லை. அவைகள் எல்லாம் என்னுடைய கண்களாலும், காதுகளாலும் ஊடுருவிச் செல்ல முடியாத தாளப்பத்து மடலின் பின்னால் தொலைவில் இருந்தன. என்னால் முடிந்ததெல்லாம் குடிசையின் இருளை என் மனக்கண்ணில் விரித்துவைத்துக் கொள்வது. உள்ளே, உடல் அசைவுகளின் நிழலை அதில் ஊகிப்பது. இது உண்மையை அறிவதற்கான அவ்வளவு சரியான வழிமுறை இல்லை என்றாலும், கொஞ்சம் கோணலான முறைதான் என்றாலும் ஓர் அனுகூலம் இதில் இருந்தது. என் கற்பனைகளினதும், விருப்பங்களினதும் ஒரு விள்ளலையும் அந்த இருள் உடல்களில் பூசிவிடவும் முடியும்.

குடிசையுள்ளிருந்து அம்மா வெளிவருவதற்கு முன்னர் ‘கிழட்டு நாயா’ என்ற குரல் சத்தமாகக் கேட்டது. அது புரட்சியின் வழமையான தொனியில் இல்லாமல் கசப்பேறியதாக இருந்தது. ஏன் குரூரமும், இயலாமையும்கூட அதில் இருந்தது. அம்மா சிவந்த கண்களும் கண்ணீருமாக வெளியேவந்தார். நடையில் அச்சம் இருந்தது. நொடித் தயக்கமாகக்கூட இருக்கலாம். முகத்தில் வியர்வை மொட்டுகள் அரும்பியிருந்தன. கோபமானதா, பயந்ததா, இயலாமையிலானதா என்று பிரித்தறிய முடியாத உணர்ச்சிகளின் கலவை அவருடைய முகத்தில் வர்ண வேறுபாடுகள் காட்டிக் குழம்பி இருந்தன. முடிவில், கபடம் நிறைந்த பொலன்ஸ்கா இரண்டு சொட்டு விசத்தை இனாமாகக் கொடுக்க ஆளைக் கண்டுபிடித்துவிட்டது.

மதிய உணவைப் புரட்சிக்கு அம்மா எடுத்துச் செல்லவில்லை, புரட்சியும் வெளியே வரவில்லை. குடிசையினுள் நிலையில்லாமல் அவர் நடந்துதிரியும் சீரற்ற காலடிகளின் ஒலிகள் சன்னமாகக் கேட்டன. ஆனால், அம்மா இரவுணவை எடுத்துச் சென்றார். உணவை வைத்துவிட்டுச் சாப்பிடும்வரை காத்திராமல் சடுதியிலே திரும்பிவிட்டார்.

எருமையின் காட்டு அலறலே என்னை எழுப்பியது. விழித்தபோது அலறல் எங்கிருந்து வருகிறது எனத் தெரியவில்லை. அலறலின் சுருதி குறைந்தபோது அது புரட்சியின் அலறல்தான் என்று தெரிந்தது. இறைஞ்சுவது போலவும், சபிப்பது போலவும், கட்டளையிடுவது போலவும், பயமுறுத்துவது போலவும் பல ரூபங்களில் ஒலித்து, சுருதி குறைந்தபடி வந்தது. காதுகளைக் கூர்மையாக்கி அந்த அலறலில் குவித்துப் படுத்திருந்தேன். திரும்ப விழித்தபோதே அப்படியே தூங்கிவிட்டிருந்ததை உணர்ந்தேன். எவ்வளவு நேரம் தூங்கியிருப்பேன் என்று தெரியவில்லை. முறியினுள் இருந்து சீறும் மூச்சொலிகள் ஆவேசமாகக் கேட்டன. புரட்சியின் குடிசையினுள் சப்தம் ஒடுங்கி நிசப்தமாக இருந்தது. என் அருகே யாரோ இருப்பதாக உள்மனம் உணர்ந்தது. இருளைத் துழாவித்துழாவி உற்றுப் பார்த்தபடியிருந்தேன். கண்கள் இருட்டுக்குப் பழகியதும், தேகம் சில்லிட்டுக் குளிர்ந்தது. பயத்தில் பற்கள் அடித்துக் கொண்டன.

புரட்சி என்னருகே படுத்திருந்தார், நீலச் சடலமாக. அவருடைய சிவந்த உடலில் விசத்தின் கருநீலம் படர்ந்திருந்தது. உதடுகள் பிளந்து சுட்ட வெண்மையில் இருந்தன. பற்களின் ஈறுகள் கன்றிக் கடும் நீலமா என்று சந்தேகிக்கும் நிறத்தில் இருந்தன. கண்கள் மூடி இருந்தன. புரட்சி என் அருகிலே தான் காலங்காலமாகப் படுத்திருப்பதாகத் தோன்றியது.இரட்டையர்கள்போல. சில்லிட்ட சடலத்தின் அச்சம் மெல்ல விலகியது. மூச்சை ஆசுவாசமாக உள்ளிழுத்துப் பைகளை நன்றாக நிரப்பிக் கொண்டேன். உடலும், மனமும் நிலைக்குவந்தன. பார்வை இன்னும் கூராகியது. நீலச்சடலத்தையே உற்றுப் பார்த்தபடி படுத்துக் கிடந்தேன். கண்கள் இயல்பாகச் சடலத்தின் பாதங்களைத் தொட்டுச் சென்றன. உடல் குலுங்க முதுகுத்தண்டு சில்லிட்டு விறைத்தது. ‘சட்’ என வியர்த்தது. வலது காலில் நீலம் பிறை வடிவில் ஒளிர்ந்து கொண்டிருந்தது.

குழப்பத்துடனும், அச்சத்துடனும் முறி யன்னலை மூடியிருந்த தாளம்பத்துத் தடுப்பை விலக்கி உள்ளே பார்த்தேன். அந்த இருளைக் கண்கள் பழக, சொற்ப நேரம் எடுத்தது.

கவிழ்ந்திருக்கும் டக்கோயா ஆமையின் ஓடுபோல அம்மாவின் வெளிர்நிறப் புட்டம் நீல ஒளியில் மெல்ல அசைந்து. அவருடைய நீண்ட தலைமுடி வியர்வையில் ஊறி உடல் முழுவதும் பிரிபிரியாகப் படிந்திருந்தது. மூர்க்கமாகச் சண்டையிடும் பொலன்ஸ்காவும், கெரண்டாவும்போல நான்கு கால்கள் பின்னிப் பிணைந்திருந்தன. வெளிர் நிறப்பாதங்கள் தூயதாக மாசுமறுவற்று இருந்தன. தேன்மெழுகு நிறப் பாதங்களில் நீல நிறம் பிறைவடிவில் ஒளிர்ந்தபடி இருந்தது.

உடல் விதிர்விதிர்க்க எழுந்திருந்தேன். உடலை, கால்களை மிக இலகுவாக அசைக்க முடிந்தது. ஆனாலும் எழுந்திருக்க விருப்பமே இல்லாமல் அப்படியே படுத்துக் கிடந்தேன்.

❋ 09.04.2019

துண்டு நிலம்

01

தடுப்பு முகாமிலிருந்து வீட்டிற்கு வந்து சரியாக முப்பது நாட்கள் கழிந்துவிட்டன. துடக்கு நாட்களில் சாமி அறையினுள் புழங்கும் படபடப்புடனே வீட்டினுள் நடமாட முடிகிறது. அம்மாவும், அப்பாவும் வேற்று மனிதர்கள் போலவும் இது அயலாரின் வீடுபோலவும் இங்கே நான் வழிதவறி வந்துவிட்டதாகவும் தோன்றியபடி இருக்கிறது. கண்ணாடிக் குவளையைப் பட்டுத்துணியால் துடைப்பதுபோல மிகக் கவனமாக என்னைப் பாவிக்கிறார்கள். உண்மையில் அப்படி இல்லை என்றாலும், அப்பாவிற்குப் பதில் செல்லும்போது உள்ளங்கை வியர்த்து, உதடுகள் இறுகிக் கொள்கின்றன. சொற்களை நிதானமாகத் தேர்ந்தெடுத்துப் பதட்டதுடன் பதில் சொல்கிறேன். அவை சரியான பதில்களில்லை என்றாலும், அப்பா உதடுகள் விரியச் சிரித்துவைக்கிறார். ஆசிரியரின் முன் கைபிசைந்தபடி நிற்கும் சிறியவள் ஆகிவிடுகிறேன்.

அம்மா தன்னுடைய மாணவர்களின் கணித பாடப் பரீட்சைத் தாள்களைத் திருத்துவதற்கு என்னிடம் தருகிறார். தவறான பதில்களையும் திருத்தம்செய்து, சரி போட்டு, புள்ளிகள் கொடுக்க மனம் விழைகிறது. சிறிய கணக்குகள் பிழையாகப் போவது ஒன்றும் அவ்வளவு பெரிய தவறு இல்லைத்தானே. “பிள்ளை இது பக்கம், கோணம், பக்கம்” என்று தலையில் தட்டுகிறார். மிக இலேசான தட்டுத்தான் என்றாலும் வலிக்கிறது.

வியர்வை ஊறிய தன்னுடைய ரீஷேட்டை என் முகத்தில் பந்து போலச் சுருட்டி வீசி எறிகிறான் தம்பி. அதில், பழைய வியர்வையின் வாசம் இல்லை. மருந்தின் வாசம் அடிப்பதாக ‘தூ குரங்கே’ என்றும் சொல்லி அவனை விரட்டுகிறேன்.

“வைத்தியரின் ரீஷேட்டில் மருந்துவாசம் அடிக்கவில்லை என்றால்தான் நீ ஆச்சரியப்பட வேண்டும்” என்கிறான். “உனக்கு இன்னும் முதல் வருடமே முடியவில்லை” என்கிறேன். அதனால் என்ன என்பதுபோல் ஒரு பார்வை.

மீரா வீட்டினுள் நுழையும்போதே அவளுடைய கண்களுள் ஒளிந்திருக்கும் கள்ளத்தனத்தை அறிந்துவிடுகிறேன். ஏன் அது அப்பாவிற்கும் அம்மாவிற்கும் தெரிந்தே இருக்கிறது. அவர்கள் அதை ஆசிரியர்களின் பெருந்தன்மையுடன் அனுமதித்திருக்கிறார்கள். தம்பியின் அருகில் நிற்கும்போது அவளுடைய காதுகள் இன்னும் சிவந்து கொள்கின்றன, உதடுகளின் மேலிருக்கும் பூனை உரோம மீசையில் வியர்வைத் துளிகள் துளிர்கின்றன. இரகசியமாகத் தம்பியின் இடுப்பில் ஒரு ‘நுள்ளு’ கொடுக்கிறாள். தம்பி அவள் கன்னத்தில் ஓர் எதிர்பாராத முத்தம் வைக்கிறான்.

அப்பா அழைத்தபோதும் உடனேயே அதே பதட்டத்துடன் மறுத்துத் தலையசைத்தேன். இது அப்பாவின் கடைசி விளையாட்டுப் போட்டி. ஆறு மாதங்களில், அவருடைய பதினைந்து வருடப் பாடசாலை அதிபர் பணி முடிய இருக்கிறது. அவர் திரும்பவும் அழைத்தால் ‘வருகிறேன்’ என்று சொல்லி அவருடன் கைகளைக் கோர்த்துச் செல்லலாம் என்றிருக்கிறது. ஆனால், அப்போதும் ‘மறுத்து’ தலையாட்டுவேன் என்பதையும் அறிந்தே இருந்தேன்.

அம்மாவும் அப்பாவும் புறப்பட்டுச் செல்வதை சமையலறை யன்னலால் பார்த்தபடி இருந்தேன். காதோரமாக வழியும் சுருள் மயிர் பிசிறை இழுத்துச் சொருகி, உதட்டை அழுத்தி நேர் செய்தார் அம்மா. அவரின் உதடுகள் கிளியின் ஆரம்போல சிவந்திருந்தன. வண்டியில் ஏறும்போது அம்மா குனிந்து அப்பாவின் காதில் ஏதோ சொன்னார். நிச்சயமாக லீலாவதி ரீச்சரைப் பற்றிய பகிடியாக இருக்கும். அப்பா தலையாட்டிப் பெரிதாகச் சிரித்தார். வெடித்த வெள்ளரிப்பழம்போல அவர் உதடுபிளந்து சிரிக்கும்போது உதட்டில் கருவளையங்கள் தெரிந்தன. சிகரெட்டின் வெந்த தழும்புகள். அப்பா சிகரெட் குடிப்பது பள்ளியின் அத்தனை வகுப்பு மூலைகளையும் தாண்டி அறுந்த பட்டம்போல மிக மெதுவாகத்தான் என்னிடம் வந்தது

ஆனைக் கோடரி | 111

சேர்ந்தது. தம்பிதான் சொன்னான். பதினைந்து வருடங்கள் முன்னர்.

தாழ்வாரத்தில் நுனி புகைந்தபடி கயிறு தொங்கும் செல்லப்பா கடை பள்ளிக்கூட வாசலிற்கு நேர் எதிரில் இருந்தது. அதன் தாழ்வாரத்தில் வைக்கோல் பரப்பி அதன்மேல் சிவந்த மண் கலங்கள் அடுக்கப்பட்டிருக்கும். அப்பாவைக் கயிற்று நுனிக்கு அருகாக மண் பானைகளின் பின்னாக காலையில் எப்போதும் பார்க்கலாம். கையில் நுனி சிதம்பிய பூவரசங்கம்பு இருக்கும்.

பாடசாலைக்குத் தாமதமாக வருபவர்களைக் கையோடு பிடிக்க அங்கே பதுங்கிநிற்பதாக நினைத்திருந்தேன். தம்பி சொன்ன பின்னர்தான் பூவரசங்கம்பில் ஒரு கண்ணையும் அப்பாவின் கையிடுக்கில் மறு கண்ணையும் வைத்தேன். கயிற்றிலிருந்து மட்டுமல்ல அப்பாவின் கையிடுக்கிலிருந்தும் புகை தயங்கிக் கசிவது தெரிந்தது. அப்பா; சிகரெட்டை உள்ளங்கையால் பொத்தி, உதடுகளில் பொருத்தி, உதட்டை சுழித்து, ஓர் இழுப்பு இழுத்துப் புகையை ஆழமாக நெஞ்சுக்குழிக்குள் அதக்கி வைத்திருப்பதும் தெரிந்தது. அப்போது அவருடைய உதடுகளும், முகமும் கோணி இருக்கும். அது அப்பாவிற்குக் கொஞ்சமும் பொருத்தமேயில்லாத கோணல் முகம்.

அப்பா சிகரெட் குடித்த ஒரேயொருமுறை அருகில் நின்றிருக்கிறேன். எதிரில் சங்கப்பா. லொறி வில்லுத்தகட்டில் செலமன் ஆசாரியின் பட்டடையில் கடைந்தெடுத்த வில்லுக்கத்தியை நித்திரையிலும் சண்டிக் கட்டினுள் வைத்திருக்கும் சங்கப்பா. பழுத்த மிளகாய்ப்பழக் கண்கள், வெளிறிய தும்புதும்பான சடைமீசை, சரிந்த பானைவயிறு, மெல்லிதாக வளைந்திருக்கும் வலதுகை. சங்கப்பாவின் முன்னாக சிகரெட் புகையைச் சிறு வளையங்களாக ஊதினார் அப்பா. நான் சங்கப்பாவின் வளைந்த கையில் ஒரு கண்ணையும், சண்டிக்கட்டில் மறு கண்ணையும் வைத்தேன். உள்ளங்கை வியர்த்து ஈரமாகியது. துளிவியர்வை தொடைவழி உருண்டு விழுந்தது.

சங்கப்பாவின் வில்லுக்கத்தியைப் பார்த்திருக்கிறேன். தம்பி பயப்படுத்திய அளவுக்கெல்லாம் பென்னம்பெரிய கத்தியாக இருக்கவில்லை. குட்டி மடக்குக்கத்தி. நிறமும்

அவ்வளவு பளபளப்பு இல்லாமல் துருப்பிடித்த நிறத்தில் இருந்தது. சங்கப்பா கத்தியை விரித்து முதுகு சொறிந்துவிட்டு அதை மடக்கும்போது ஓர் இலையான் கத்திக் கூரில் தன் குட்டிக் கால்களைத் தேய்த்து அமர்ந்தது. கத்தியை விசுக்கி இலையானை வீழ்த்தினார். பாவம் இலையான். சங்கப்பாவின் தம்பி செல்லப்பாவின் முகத்திலிருக்கும் அட்டைத் தழும்பை இலையானுக்குத் தெரிந்திருக்க வாய்ப்பில்லை. செல்லப்பாவின் உதடுகளிலிருந்து தொடங்கி வெண்சோழியாய் கலங்கிய கண்ணைச் சரி இரண்டாகப் பிளந்து நெற்றிவரை நீண்டிருக்கும் தழும்பு. பேனை அட்டை முகத்தில் ஊர்வதுபோல.

சங்கப்பா கத்தியை உருவி, காணி எல்லையை முதலில் நிலத்திலே தான் கீறினாராம். அடிமட்டம் வைத்ததுபோல் நேரான கோடு இல்லை என்றாலும் ஞாயமான கோடுதானாம். அவரின் தம்பி செல்லப்பா அடாத்திற்கு நெஞ்சை நிமிர்த்தி ஞாயமான கோட்டை அழித்துவிட்டு, புதிய கோட்டைப் பத்து அடிகள் தள்ளிக் கீறினாராம். தன் தம்பியாரின் கோட்டைக் கால்களால் நிதானமாக அழித்துவிட்டு, தரவைக்காணியின் எல்லைக் கோட்டை செல்லப்பாவின் முகத்திலே கீறினாராம், மடக்குகத்தியால்.

வண்டிச்சவாரி தவிர்ந்த நாட்களில் இறந்தவர்களின் ஆவிகள் உலவும் உவர்ந்தகாணியின் எல்லைக் கோட்டில் கொஞ்சம் செல்லப்பா முகத்தில் இருப்பது அப்பாவிற்கு நன்கு தெரியும். இருந்தும் அப்பா ஒரு துண்டு நிலத்திற்காக, சங்கப்பாவுடன் அடாத்திற்கு நின்றார். நெல்லிக்காய் இனிப்பில் கிணறும் வேப்பமர நிழலின் சிறு கல்மேடையில் கைவிடப்பட்ட அம்மனும் அந்தக் காணியினுள் இருந்தன.

சின்னஞ்சிறு கிராமத்தின் பள்ளிக்கூடத்திற்கு அதிபராக அப்பா வந்தபோது ஒற்றைக் கல் கட்டிடம் மட்டுமே பள்ளிக்கூடமாக இருந்தது. கல் கட்டிடத்தின் மேற்குச் சுவரில் கன்னம் வைத்தது போன்ற, கேப்பை மாடுகளும் நுழைந்து படிக்கக் கூடியதான பெரிய துளைகள் இருந்தன. துளையச் சுற்றி ஷெல் சன்னங்களின் மயில்தோகை விசுறல்கள். அதிபர் அறையும் அந்த ஒற்றைக் கல்கட்டிடத்திலிருந்து இறக்கிய பத்தியினுள் இருந்தது. தூறல் மழைக்கே கற்சுவரில் சுவறி வழியும் தண்ணீர் அப்பாவின் கால்களிடையே செந்நிறத்தில் சுழித்து ஓடும். எல்லாமும் சில

வருடங்களுக்குத்தான். அதற்குள் அப்பா ஒற்றை ஆளாகச் சிவப்பு ஓடு வேய்ந்த பதினொரு கல் வகுப்பறைகளையும், விரிந்த மைதானத்தையும் பள்ளிக்காக உருவாக்கிவிட்டிருந்தார். ஒற்றை ஆளாக என்றா சொன்னேன், இல்லை அதில் என்னுடையதும் அம்மாவினதும் பங்கும் இருந்தது.

அப்பா வெளிநாடுகளில் வாழும் பழைய மாணவர்களின் விலாசங்களைச் சேகரித்தார். சில நாட்களே படித்திருந்தாலும் விடவில்லை. தன்னுடைய மேசையில் அமர்ந்து லாம்பின் மங்கிய வெளிச்சத்தில் அவர்களுக்கு கடிதங்கள் எழுதுவார். அம்மாவிடம் “சிவன்கோயில் தேர்த் திருவிழாவிற்கு விடுமுறை கொடுக்க வேண்டுமா?” என்பார். “இடம்பெயர்ந்து சென்று வர முன்னர் தீர்த்தத்திற்கும் விடுமுறையாம்” என்றபடி கடிதங்களை உறையிலிட்டு ஒட்டி அதன்மேல் விலாசங்களை எழுதுவார். நான் அஞ்சலகப் பட்டியலில் விலைகளைப் பார்த்துச் சரியான முத்திரைகளை நாக்கில் நனைத்து கடித உறைகளில் ஒட்டுவேன். ஈயக்கேற்றிலில் நீர் சூடாக்கி, கடுஞ் சாயத்தில் ‘பிளேன் ரீ’ வைத்துக் கொடுப்பேன். அப்பா பெரிதாகச் சத்தமெழ உறிஞ்சிக் குடிப்பார். அம்மா “பெடியன் எழும்பி விடுவான் மெதுவாகக் குடியுங்கோ” என்பார். அப்பா தலையைத் தூக்கிச் சிரித்தபடி என்னிடம் “பிள்ளை இப்போதைக்கு முடியாது நீர் போய்ப்படும்” என்பார். அவரின் உறிஞ்சல் ஒலி, அறைக் கதவை மூடும்வரை கேட்கும்.

கடிதங்களின் பலன் சிறு தொகைகளாகச் சேரத் தொடங்கியதும் அப்பா கட்டிட வேலைகளை ஆரம்பித்தார். பாடசாலை முடிந்ததும் தன்னுடைய நீளக்காற்சட்டையை முழங்கால்வரை மடிப்பார். வெறும் மேலுடன் அத்திவாரம் தோண்டுபவர்களுடன் தானும் சேர்ந்து மண் அள்ளுவார். இரண்டடி தோண்டினால் முட்டைஓடு போல வெள்ளைக் கற்பாறை இருக்கும் கடும் நிலம். கால்களில் சாக்குகளைச் சுற்றி, கல் உடைப்பார்கள். அப்பா கமுகம் பாளைகளைக் கட்டியபடி உடைத்த சல்லிக் கற்களை அள்ளிக் கொட்டுவார். அம்மா தந்துவிடும் வெறும் தேத்தண்ணியை, பள்ளிக்கூட வாசலில் வந்து வாங்கிச் செல்வார்.

பதினொரு கல் வகுப்பறைகளையும் கட்டிமுடித்து நிமிர்ந்து பார்த்தால் பள்ளிக்கு மைதானம் இல்லாதது பெருங்குறையாக இருந்தது. வருட விளையாட்டுப் போட்டிகள் கோயில்

முன்றலில் விரிந்திருக்கும் தரவைக் காணியினுள் நடக்குமாம். இடம்பெயர்ந்து வந்தபின்னர் தரவைக்குள் மாடுகளால் மட்டுமே சென்றுவர முடிந்தன. அங்கு ஈச்சம் பற்றைகளைவிட மிதிவெடிகளே அதிகம் இருந்தன. மிதிவெடிகளை விலத்திச் சென்றுவரும் சூட்சுமம் மாடுகளுக்குத் தெரிந்திருக்கவில்லை, என்றாலும் அவற்றிடம் நான்கு கால்கள் இருந்தன. மிதிவெடிகள் ஒரு காலை எடுக்கும் சிக்கனத்துடன் சொற்ப வெடிமருந்துகளை தம்முள் அதக்கி வைத்திருந்தன. அதனால் அப்பா பள்ளிக்கு அருகிலிருந்த காணிகளை வாங்கி மைதானமாக்க விரும்பினார். முன்னர் அங்கு இயக்கத்தின் சிறிய பயிற்சி முகாமும் மாமரங்களில் மாம்பிஞ்சுகளைக் கொறித்தபடி சோம்பிக்கிடக்கும் தாட்டான் குரங்குகளும் இருந்தனவாம். அந்த நிலங்களை இயக்கம் கைவிட்டுச் சென்ற பின்னர் முட்கம்பி வேலிகளால் சிறு துண்டுகளாகப் பிரிக்கப்பட்டிருந்தன.

காசியப்பு தன் நிலத்தை இலவசமாத் தந்தார். கராத்தே செல்வம் மாஸ்டர் அரை விலைக்குத் தரச் சம்மதித்தார். அய்ம்பது தென்னைகளையும் தறித்து எடுத்து வீட்டுக் கொல்லையில் கல் வைத்துச் சிலாகைகளாக அடுக்கிய பின்னர். புவனம் அன்ரி இயக்கத்திற்கு போய்விட்ட மூத்த மகள் ரூபிக்கு வைத்திருக்கும் சீதனக் காணி என்றார். முகமாலைக் களமுனையில் காயம்பட்டு இறந்துவிட்ட மகளின் சாவு அறிவித்தலை இரகசியமாக அறிந்ததும் நிலத்தின் உறுதியைத் தன் கடைசி மகளிடம் கொடுத்து அனுப்பினார். கிடைத்த காணிகளின் சரி நடுவில் அறுந்த ஒற்றைச் செருப்புப் போல கவனிப்பின்றிக் கிடந்த நிலம் சங்கப்பாவுடையது. “தம்பிக்கு எழுதிக் கொடுத்த காணி கண்ட நாய்கள் விளையாட எல்லாம் விடேலாது” என்றார் சங்கப்பா. “அப்படியா சங்கதி நாங்கள் அப்ப தம்பியிடமே காணியை வாங்கிக் கொள்கிறோம்” என்றார் ரத்னா பேக்கரி சீலன் மாமா. அடிச்சுருட்டை உதடுகளால் ஈரப்படுத்திக் கயிற்றில் பற்றவைத்து புகையை ஆழமாக இழுத்தபடி “தம்பியை எங்கை எண்டு பிடிக்கிறது இந்தியன் ஆமிக்கே அவன் இருந்தஇடம் தெரியாதே” என்றார் சங்கப்பா.

அதன் பின்னர்தான், ஒவ்வொரு நாளும் சங்கப்பா காலையிலே காணிக்குக் காவலுக்கு வந்தார். கையில் இரும்பு வாளியும் கயிறும் தோளில் பச்சை துவர்த்தும் கொக்கத்தடியுமாக வருவார்.

அவர் கிணற்றில் நீர் அள்ளித் தலை சிலுப்பி முழுகும் சத்தம் பிரார்த்தனை மண்டபம் வரை கேட்கும். காணி வாசலில் நின்று தலை துவட்டும்போது ஈரச் சாரத்தினுள் மடக்குகத்தி ஈரமாகத் தெரியும். நெற்றி நிறைய திருநீறு பூசி அம்மனுக்குக் கற்பூரம் கொழுத்துவார். இடுப்பில் கட்டிய துவர்த்துடன் மனமுருகித் தேவாரங்கள் பாடுவார். அவருடைய ஈரச்சாரம் கொக்கத்தடியில் பறந்து, காற்றில் காய்வது கிளுவம் வேலிக்கு மேலாகத் தெரியும். அவர் தேவாரம் பாடி முடிய பள்ளிக்கூட மணி அடிக்கும். பள்ளிக்கூடம் முடியும்வரை குளிர்ந்த கிணற்றுக் கட்டில் படுத்திருந்து பழைய பாடல்களை இராகத்துடன் பாடுவார். மதியம்போல தென்னை மரத்தில் இளநீர் பிடுங்கி அவற்றைக் கத்தியால் சரி இரண்டாக பிளந்து சாப்பிடுவார். அவருடைய நிலத்துள் உருண்டு செல்லும் துரதிர்ஷ்டம் பிடித்த பந்துகளைத் தன் கைகளாலே எடுத்துத்தருவார். சரி இரண்டாகப் பிளந்துவிட்டு, குண்டு எறியும் உருண்டு சென்றுவிட்ட அய்ந்து கிலோ இரும்புக் குண்டையும் எடுத்துத்தந்தார். சரி இரண்டு துண்டுக் குண்டுகளாகப் பிளந்துவிட்டு. பாதிக் குண்டு எறியும் போட்டியே அம்முறை நடந்தது.

மைதானத்தின் முதல் விளையாட்டுப் போட்டி அன்று சங்கப்பா காணிக்கு வந்தபோது சிவத்தார் மைக்கில் ஒலியைச் சரிசெய்து கொண்டிந்தார். சிவன் கோயில் கொடியேற்றத்திற்குக் கட்டும் அவருடைய ஒலிபெருக்கி பூங்காவனமன்றுதான் இரைச்சலுடன் பாடவே தொடங்கும். இரைச்சலைச் சரிசெய்ய அடுத்த கொடியேற்றம் வரை காத்திருக்க வேண்டும். அவர் ஒலியைச் சரிசெய்யக் காலையில் தொடங்கினால்தான் போட்டிகள் முடியும் மம்மல் பொழுதுள்ளேனும் கொஞ்சம் இரைச்சலைச் சரிசெய்வார். சிவத்தார் சுட்டுவிரலால் மைக்கில் தட்டியபடி 'ஒலிவாங்கிப் பரிசோதனை, ஒலிவாங்கிப் பரிசோதனை' என்றார். சங்கப்பாவின் உயரித் தென்னையிலிருந்து சில்வண்டுகளின் கரகரத்த இரைச்சல் எழுந்துவந்தது. சங்கப்பா மேலே பார்த்தார் சிவத்தாரின் நான்கு ஒலிபெருக்கிகளும் சங்கப்பாவின் காணியினுள் நின்ற உயரித் தென்னையில் கட்டப்பட்டிருந்தன. கொக்கைத் தடியை மெள்ளநீட்டி இளநீர்க்குலை போல ஒலிபெருக்கிகள் நான்கையும் பக்குவமாகக் கீழே இறக்கினார். ஒற்றையடிப் பாதையால் கவனமாக அவற்றை எடுத்துச்சென்று

சிவத்தாரிடம் கொடுத்துவிட்டுவந்து கிணற்றில் நீரை அள்ளித் தலையில் இறைத்தார்.

எட்டு திசைகளுக்கும் கட்டிய சரி பாதி ஒலிபெருக்கிகளுடன் புதிய மைதானத்தின் முதலாவது விளையாட்டுப் போட்டி தொடங்கியது. வழுவழுப்பாக மழித்த முகத்தில் சிவந்த பருக்களின் நுனியுமாக பியதாஸ இராணுவ விறைப்புடன் கொடியை ஏற்றினார். அதன் பின்னரே யாழில் பள்ளிக் கூடங்களில் இராணுவப் பொறுப்பாளார் கொடியேற்றும் வழக்கம் தொடங்கியது. அப்பாதான் அதனைத் தொடக்கி வைத்தார். மடித்திருந்த சிங்கக் கொடிக்குள் காய்ந்திருந்த பூவிதழ்கள் காற்றில் உதிரும்போது கிளுவம் வேலிக்கு மேலாக சங்கப்பாவின் கொக்கத்தடி உயர்ந்தது. அதன் கொக்கைச்சத்தக நுனியில் ஈரமான சிவப்பு கௌபீனத் துண்டு ஒன்று சோம்பலாக அசைந்தது. சிங்கக் கொடிக்கு நேர் சரியாகப் பறக்கும் துண்டு நிலத்தின் கிளர்ச்சிக் கொடிபோல அது காற்றில் மெல்லச் சடசடத்துப் பறந்தது.

அடுத்த நாள் செல்லாப்பா கடையடியில் சங்கப்பாவை எதிர்பாராமல் சந்தித்தார் அப்பா. சங்கப்பா கையில் சுருட்டும், மீன் பையுமாக நின்றிருந்தார். 'என்ன ஒரு முப்பது வருடம் இருக்குமா?' என்றார் அப்பா சங்கப்பா பக்கம் திரும்பி. சங்கப்பா அப்பாவை என்ன என்பது போலப் பார்த்தார். அப்பா சிகரெட் ஒன்றை அவரிடம் நீட்டியபடி 'இல்லை... நீங்கள் சிறீமுருகனில் கிண்ணம் வென்று முப்பது வருடம் இருக்குமா?'

'யார் மறந்தாலும் என்னால் அந்தப் போட்டியை மறக்க முடியாது, கருக்கு மட்டைச் சிராய்ப்பு மாதிரி கண்டல் இன்னும் என்னுடைய பழுவில் இருக்கிறது' என்றார் அப்பா.

சங்கப்பா அப்பாவிடமிருந்து சிகரெட்டை வாங்கி கயிற்று நுனியில் பற்றவைத்தார்.

'எல்லாருக்கும் பொந்தன் அடித்த 'டாஸ்' தான் தெரிந்தது, கனிந்த பழம் மாதிரி நீங்க கொடுத்த 'செற்' தான் தரம், பந்து வலைக்கு மேலே இரண்டடி உயரத்தில் மிதந்தபடி நின்றது, பொந்தன் இல்லை அந்த இடத்தில் யார் அடிக்க எழும்பி இருந்தாலும் அடித்திருப்பார்கள், பெட்டிக்கு வெளியில் பின்பக்கமாக திரும்பி நின்று அப்படிச் 'செற்' கொடுப்பது கடினம், பந்து 'அவுட்'தான்

நினைத்தார்கள்... உங்கள் கைக்குள் பந்து விழுந்தது தெரியும், ஆ... என்று பார்த்துக் கொண்டு நின்றேன், தேங்காய் விழுந்த மாதிரி ஒரு சத்தம், மயங்கிவிட்டேன், பிறகு வெளியில் இருந்து போட்டியைப் பார்த்தேன், அதுக்குப் பிறகு எங்கட அணி அந்த அதிர்ச்சியில் இருந்து மீள முடியவில்லை' என்றார் அப்பா.

'சேரும் சிறீமுருகனுக்கோ விளையாடியது?' என்றார் சங்கப்பா.

'அப்போது நான் 'தவ்வல்' பதினேழு வயதிருக்கும், எந்த அடியையும் உடைத்து நல்லா 'பிரேக்' செய்வேன் என்று 'சப்' ஆக 'தேர்டில்' விடுவார்கள். பொந்தனின் அடி பழுவிலை விழுந்த பின்னர்தான் தெரியும் அதுவரை நான் வாங்கியவை அடிகளே இல்லை, நீங்க பொந்தனுக்கு வைக்கிற 'செற்'க்கு மலையை தூக்கி 'கவர்' பிடித்தாலும் பந்து பிரித்துக் கொண்டு செல்லும், சிறீமுருகனில் வென்றது உங்களுடைய முதல் கிண்ணம் என்று நினைக்கிறன் பிறகு நீங்கள் யாப்பாணத்திலை அடிக்காத கிண்ணமே இல்லை இல்லையா' என்றார் அப்பா.

சங்கப்பாவின் வலது கையில் வைத்திருந்த கண்ணை வெளியே எடுத்தேன். அந்த வளைவுக்கு ஓர் அர்த்தம் இருப்பதாகப்பட்டது. அவருடைய உதடுகள் இழுபட்டன. முதுகை மடக்குக் கத்தியால் சொறிந்து கொண்டார். அப்பாவைப் பார்த்தேன், சிகரெட் புகையை சங்கப்பாவின் மூக்கு நுனிக்கு அருகாகச் சிறு வளையங்களாகக் காற்றில் ஊதினார். அந்தக் கோணல் முகம் அப்பாவிற்குப் பொருத்தமானதாக இருந்தது.

அன்று மாலையில் வெளிக்கதவில் பெண் குரல் கேட்டுக் கதவைத் திறந்தேன். அடிக் கமுகு மாதிரி ஒடிந்து விழுந்தும் ஒல்லியில் காவிப் பற்களால் சிரித்தபடி ஒரு பெண் நின்றிருந்தார். சுற்றியிருந்த சாறியினுள்ளே பூப்போட்ட 'நைற்றி' தெரிந்தது. 'பிள்ளை இதை ஒருக்கால் சேரிடம் கொடுத்து விடமுடியுமோ?' என்றபடி மாட்டுத்தாள் பையில் சுற்றிய காகிதப் பொட்டலம் ஒன்றை என்னிடம் தந்தார். அதனுள் செம்பாட்டு மண் படிந்து நுனிகள் மடங்கிய காணி உறுதி ஒன்று இருந்தது.

02

கண்ணாடியில் இருந்த பொட்டை உரித்து நெற்றியில் ஒட்டும்போது அதை உணர்ந்தேன். விளையாட்டுப் போட்டிக்கு செல்லும் விருப்பம் மணற்கேணி போல மனமெல்லாம் ஊறியிருந்தது. புது உற்சாகம் பிறந்தது, படபடப்புக் குறைந்தது. உதடுகளைக் குவித்துச் சீழ்க்கை ஒலித்தேன், காற்றில் மிதப்பதுபோல இலேசாக இருந்தன உடலும் மனமும். முகம் கழுவிச் சட்டை மாற்றினேன். தம்பியின் குரல் வீட்டிற்கு வெளியே வாசல் பக்கமாகக் கேட்டது. நான் உடுத்தித் தயாராக இருந்ததைப் பார்த்ததும் சிறு வியப்புடன் தோள்களைக் குலுக்கிக் கொண்டான்.

‘நீ வர மாட்டேன் என்று சொன்னியாமே’ என்றான்.

‘உனக்கு மீரா வந்தால் போதும் தானே, நான் எதுக்குடா’

‘மீராவை பின்னேரம்தான் வரச் சொல்லியிருக்கிறன் பயங்கர வெய்யில்’

‘அச்சச்சோடா’

தம்பியின் வண்டியில் ஏறினேன். தம்பி மோட்டார் சைக்கிளை ஒரு உலுக்கு உலுப்பி எடுத்தான். அந்த உலுப்பலில் குட்டன் நினைவுக்கு வந்தான். சிவந்த தணல் தகிக்கும் நெருப்பு வளையங்களை, மழைக்காடுகளை, புழுதி மலைகளை, நீண்ட கிரவல் வீதிகளை மோட்டார் சைக்கிளில் கடந்து என்னிடம் வந்த குட்டன்.

குட்டன் நெருப்பு வளையங்களினூடே, அடுக்கிவைத்த மண் மூட்டைகளின் மேலால், தகரப்பரல்களின் ஊடாக மிக இலாவகமாகப் பாய்ந்துபாய்ந்து மோட்டர் சைக்கிள் ஓட்டினான். மோட்டார் சைக்கிள் பழகிய அணில் குட்டியாக அவன் கைகளுள் சுருண்டுகிடந்து, ஒவ்வொரு திருப்பங்களிலும் அவனுடைய உடல் அசைவை திரும்ப நடித்தது. சம நேரத்தில்.

வாடல் உருவம். அந்த வாடல் உருவத்துள் அறுந்த பல்லி வால் போன்ற அபூர்வமான ஒரு துடிப்பும் இருந்தது. பயிற்சி முடித்து, கிணற்றடிக்கு நீர் குடிக்க வந்தபோதே அவனை மிக அருகில் பார்த்தேன். அவனுடைய வரிச் சீருடையின் வரிகள் வித்தியாசமாகக் குத்தண இருந்ததைக் கவனித்தேன். அள்ளிக்

கொடுத்த இரண்டு வாளித் தண்ணீரையும் முழுவதுமாகக் குடித்தான். 'இந்த பனஞ்சிலாகை உடம்பிற்கு இரண்டு வாளி அதிகம்' என்றேன். 'தமிழீழ தாகம்' என்றான். 'மாலினி அக்கா சொல்ல நாங்களும் திரும்பச் சொல்லுறனாங்கள் அர்த்தம் விளங்கவில்லை' என்றேன். சிரித்தான். சிரிக்கும்போது அய்தான மீசைக்குள்ளாக தெத்துப்பல் தெரிந்தது. தெத்துப்பல் தெரிந்துவிடும் என்ற அச்சத்தில் அவன் மிகவும் அரிதாகவே சிரித்தான்.

ஆறு மாதங்களில் பழகிய பின்னர் அவனைப் 'பிடித்திருப்பதாக' சொன்னேன். தெத்துப்பல் தெரியச் சிரிப்பான் என எதிர் பார்த்தேன். தலையைச் சரிந்து நிலம் பார்த்து இலேசாக வெட்கப்பட்டான்.

தன்னுடைய கைத்துவக்கின் அடிப்பக்கத்தை எனக்குக் காட்டினான். அதில் என்னுடைய பெயர் ஆணிக் கூரால் பொறிக்கப்பட்டிருந்தது. அவனுடைய உள்ளங்கைச் சொரசொரப்பினுள் எனது பெயர் அடக்கமாக இருந்தது. என்னுடைய சயனைட் குப்பியின் அடிப்பகுதியை அவனுக்குக் காட்டினேன். அங்கே அவனது பெயரின் முதல் எழுத்து துளி விசத்தினுள் பத்திரமாக இருந்தது. பாயும்புலி உருவம் பொறித்த அரைப்பவுண் தாலியை மஞ்சள் நூலில் கோர்த்து என் கழுத்தில் கட்டிய சில மாதங்களுள் சமாதானம் முடிவுக்கு வரஇருந்தது அல்லது கடைசிச்சண்டை தொடங்கவிருந்தது.

எங்களுக்கு ஒதுக்கிய வீடு வயல்களின் முடிவில் தனித்து இருந்தது. கிரவல் பாதையில் அரைக்கட்டை தூரம் நடந்து உள்ளே வரவேண்டும். அகலமான பெரிய நடுச்சுவர். வாசல் பக்கமாக உயரத் திண்ணையும் இரண்டு அறைகளும் இருந்தன. பொருட்கள் வைத்தபிறகும் அறைகளில் இடம் நிறையவே மிச்சமிருந்தது.

வீட்டின் பின்னால் கலங்கிய நீர் பாயும் சிறு வாய்க்கால். பாயும் நீரின் மெல்லிய ஓசை இரவுகளில் வீட்டினுள் கேட்டது. சரிந்து கிடந்த வீட்டின் பின் வேலியை இருவருமாக நிமிர்த்தி முண்டு கொடுத்தோம். மாமரத்தில் கட்டிய நார்க் கொடியில் குத்துவரி உடுப்பின் பக்கத்தில் என்னுடைய வரிச்சீருடையும் காயப்

போட்டோம். வரிச் சீருடைகளின் மேலால் கறுப்பு எறும்புகள் நிரையாக, பெரிய இரைகளைச் இழுத்துச் சென்றன.

எனக்கு A9 வீதியின் சுங்கத்தில் தற்காலிகப் பணி. ‘மேலிடத்தில் கதைக்கிறேன், நீங்கள் தாராளமாக நம்பலாம், அவர்கள் உங்களுக்கு மிகநல்ல பதில் தருவார்கள், இத்தடவை இந்தப் பொருட்களுக்கு மட்டும் தயவுசெய்து வரியை கட்டுங்கள் போதும்’. எல்லா உரையாடல்களையும் இந்த வசனம் நோக்கி இரைகளை இழுத்துவருவதுபோல மெல்ல இழுத்துவர வேண்டும். அது எவ்வளவு பெரிய இரைகளாக இருந்தாலும். மாவீரர்கள் தியாகம், வித்துடல், மண், வீரம், தலைவர்... போன்ற மதிப்புமிக்க சொற்களையும் சிக்கனமாகக் கலந்துவிட வேண்டும். நெஞ்சை நிமிர்த்திச் சட்டம் பேசுபவர்களும், சண்டைக்கு நிற்பவர்களும்கூட வரியைக் கட்டிவிடுவார்கள். வரி கட்டிய பொருட்களை ‘பங்களிப்பாக’ எங்களிடமே கொடுத்து நன்றி சொல்லிச் செல்வார்கள்.

பணிமுடிந்து பஸ்ஸில் வந்து இறங்கும்போது குட்டன் மோட்டார் வண்டியுடன் காத்திருப்பான். வண்டி செம்மண் கிரவல் வீதியினூடாக மிக மெதுவாகச் செல்லும். குளிர்ந்த வயல் காற்று, வயல் மடிப்பில் மறையும் சூரியனின் சிவந்த தணல் தகடுகள், கரித்துண்டுகளாகப் பறக்கும் கொக்குகள் எல்லாம் மோட்டார் சைக்கிளின் கைப்பிடியளவு வெளிச்சத்தின் மேலாக விரிந்திருக்கும். என்னுடைய இரு கைகளாலும் அவன் தோள்களை சுற்றிக் கொள்வேன். கலவையான வியர்வை வாசனையும் மெல்லிய உடற்சூடும் டீசல் புகையினுள் அமிழ்ந்தபடி வரும்.

முதல்நாள் குட்டன் கத்திப்பிடியால் மிளகு குத்திப்போட்ட மாட்டிறைச்சிப் பிரட்டல் கறி சமைத்தான். சிரசிலடிக்கும் உறைப்புடன் இருந்த ருசி நெடுநேரம் நாசியில் இருந்தது. அடுத்தநாள் நான் தேங்காய்ப்பூ போட்ட வெள்ளைப் புட்டு அவிக்க வெளிக்கிட்டு மாவுக்கு தண்ணியும் தண்ணிக்கு மாவும் சேர்த்து முடிவில் மாவை எறிய விருப்பமில்லாமல் உக்குறுணியாக நறுக்கிய கொச்சி மிளகாயும், வெங்காயமும் கலந்து ரொட்டியாகச் சுட்டேன். கருகிய ரொட்டியைப் பிய்க்கும் போதே ‘நீர் பனிஸ்ஸ்ன்டில் ஒரு நாளும் சமையலில் நின்றது

இல்லைப் போல' என்றான். நான் தலைசரிந்து நிலம் பார்த்து, லேசாக வெட்கப்பட்டேன்.

இரவுகளிலும் வெறும் மேலுடன் குட்டனைப் பார்க்க முடிவதில்லை. பகலின் நெருக்கமும், சீண்டல்களும் இருள் ஆழங்களில் மறைந்து கொண்டன. இல்லை அப்படி அவை மறைந்துவிடுவதாக நம்பினோம். குழந்தையைக் கற்பனையாக நினைப்பதே இன்னும் சிரமமானதாக இருந்தது. அதை ஒரு பாவத்தின் நீட்சியாக, தியாகத்தின் தடையாக பாவனை செய்தோம். பாவனை சிறிய வேலிதான். ஏராளம் பொட்டுக்களுடன் இருக்கும் வேலி. வேலியின் அந்தப் பக்கமாகக் குட்டன் தன்னுள் சுருண்டு படுத்தான். இடையில் சூனியப் பிரதேசம். கனமான இருளின் போர்வை. உடலில் கிளர்ந்தெழும் வெப்பக்காற்றை, மூச்சின் அனுங்கல் ஒலிகளை, நாசியின் ஆழம் உணரும் மெல்லிய வியர்வை நெடியை, சதைகளின் வாசனையை உறிஞ்சிக் கொள்ளும் தியாகத்தின் இருட்போர்வை.

நான்காம் நாள் பின்னிரவில் சத்தம் கேட்டு விழித்தபோது கலவையான உறுமல் ஒலி மிக அருகாகக் கேட்டது. குட்டன் அறையின் யன்னல் ஓரத்தில் நின்று வேலியைக் கவனமாக நோட்டமிட்டபடி இருந்தான். இரவுக் காவல் கொட்டில்களில் இருக்கும் 'எச்சரிக்கை' உணர்வு அவனுடைய முகத்தில் அடங்காமல் திமிறிக் கொண்டிருந்தது. 'எச்சரிக்கை பயத்தின் அக்கா' என்பாள் சுடர்விழி, அவனுடைய கண்கள் பயத்தினால் கூசிச் சுருங்கியிருந்தன.

காட்டு விலங்கு வேலியை மிக அருகாகப் பிறாண்டும் சன்னமான ஓசை, கடுமையாக மூசி மோப்பம் பிடிக்கும் ஓசை, பின் அச்சமான அலறல். குட்டனின் கண்கள் ஒவ்வொரு வேலிப் பொட்டையும் ஊன்றிக் கவனித்தபடி இருந்தன. விலங்கு வேலியைக் கடந்துவிடுமோ என்ற அச்சம் அவன் கண்களில் இருந்தது. ஏனோ அதை அவன் விரும்பாதது போலவும் இருந்தது. விலங்கு வேலியைக் கடந்து உள்ளே வந்துவிட்டது. இனி விலங்கை இருளினுள் கண்டுகொள்ள வேண்டும். குட்டனால் அதை ஒருபோதும் கண்டுகொள்ள முடியாது. இருளைத் துளைத்து விலங்கைப் பார்ப்பதற்கு கண்களை

நம்பினால் மட்டும் போதாது கொஞ்சம் உள்ளுணர்வையும் பின் தொடரத் தெரிந்திருக்க வேண்டும்.

எழுந்து அவன் பின்னால் சென்றேன். அவனது பச்சை ரீஷேட் வியர்வையில் ஊறி நனைந்திருந்தது. காது முடிகள் குத்திட்டு நின்றிருந்தன. அதிக எச்சரிக்கையால் குழம்பி இருந்தான், போரின் முன்களத்தில் நிற்கும்போதில்லாத பதட்டமும் மிகை நடுக்கமும் அவன் உடலில் தெரிந்தது.

'அது இன்னமும் வேலிக்கு வெளியில் தான் இருக்கிறது' என்றான் பதட்டத்துடன்.

நான் புன்னகைத்தேன். அவனது நெற்றியும் புருவமும் சுருங்கியது.

'அது எப்போதோ இந்தப் பக்கம் வந்துவிட்டது' என்றேன்.

அதை நம்பமறுத்த அவனது உதடுகள் நடுங்கின, மூச்சைச் சிரமத்துடன் இழுத்துவிட்டான். மார்புக்குழியும் நாசித் துவாரமும் விரைவாகச் சுருங்கி விரிந்தன. அஜீரணத்தின் குடல் பிசைவு. அவனது முகம் கோணலாகியது. அவனை என் இடையோடு சேர்த்து அழுத்தினேன். உடல் திமிறி மெள்ள அடங்கியது, பறவையின் சிறகடிப்பு.

என்னுடைய எலும்புகள் முறுக்கிக் கொண்டன. என்னுள் குருதியும், உடலும் மெள்ளச் சூடாகியது. வியர்வையின் ஆவி வாசனை எழுந்தது. அவன் இடையில் செருகி வைத்திருந்த துவக்கை உருவி எடுத்தேன். மூச்சை உள் இழுத்து இருளுள் குறி வைத்தேன். துவக்கின் விசையை அழுத்தினேன். சிறு மின்னல் வெட்டு, ஓர் உதறல் என் உடலிலிருந்து அவனுடலினுள் மெள்ளப் பரவியது. மின்னல் தெறிப்பில் கரிய பன்றியின் சிவந்த மூக்கு மின்னி மறைந்தது. இருளின் கடுந்திரை கிழிந்தது. பன்றியின் உறுமல் கமறலாகி உயிரின் துடிப்பு ஒலியாகத் தேய்ந்து கரைந்து இருளில் மறைந்தது. துப்பாக்கியை அவனிடம் நீட்டினேன். படபடப்புடன் வாங்கிக் கொண்டான். அதனை இடுப்பில் செருகியதும் அவனது முகம் மலர்ந்தது. என் கண்களை ஊடுருவிப் பார்த்தான்.

என்னை அவனே கட்டிலுக்குத் தூக்கிச் சென்றான். என் எடை சரிந்து காற்றில் மிதந்தேன். என் ஆடைகளை ஒவ்வொன்றாக

உரிந்து எறிந்தான். திரும்ப எடுக்கவே முடியாத இருளின் ஆழங்களில் அவை விழுந்தன.

கையடக்கமான சிறு முலைகளின் திரட்சியை உற்றுப் பார்த்தான். தென்னங் குரும்பைகள் போல சாம்பல்நிறப் புள்ளிகளுடன் இருந்தன. இரு கைகளாலும் ஏந்தி முலைக்காம்பை விரல்களினால் உரசினான். பின் மூக்கு நுனியால். அவனுடைய மூச்சுக் காற்றை வெப்பமாக முலைகளுள் உணர்ந்தேன். கண்களில் இருந்து நீர்வழிய உதடுகளைக் குவித்து முலைக்காம்பில் வைத்தான். ஓராயிரம் துளைகளாக மெல்ல விரிந்தது முலைக் காம்பு. அவனுடைய ஒடுங்கிய மார்பில் மெல்லிய பூனை உரோமங்கள் இருந்தன. தொப்பையே இல்லாத பனை வரியோடிய சப்பை வயிறு. உழுத்தம் விதைகளை ஒட்டியதுபோல கரிய மார்புக் காம்புகளும் இரு கரிய கண்களாக முன்னால் அசைந்து கொண்டிருந்தன.

விடிய, வெங்காயமும், உள்ளியும் நறுக்கிக் கொடுத்தேன். குட்டன் மஞ்சளும் உப்பும் போட்டு அவித்த பன்றிக் கறி சமைத்தான். வார இறுதியில் குட்டனின் பொறுப்பாளரிடமிருந்து இருவருக்கும் விசாரணைக்கு அழைப்புவந்தது. குட்டன் ஒற்றைக் குண்டால் பன்றியைச் சுட்டு வீழ்த்தியதை பொறுப்பாளர் நம்பவில்லை. தலைவரைத் தவிர அது யாராலும் இயலாத காரியம் என்பது அவரது அசைக்க முடியாத நம்பிக்கை. மீதமாயிருந்த பன்றிக் கறியைச் 'சாட்சிக்கு' எடுத்து வந்திருக்கலாமோ என்று நினைத்தேன். குட்டன் மிக நிதானமாகவே பொறுப்பாளரிடம் சொன்னான் 'அது ஓர் அபூர்வ தருணம்'.

'குட்டா நீ தற்பாதுகாப்புக்குச் சுட்டதாக அறிக்கை கொடுத்திருக்கலாம் இல்லையா' என்றார் பொறுப்பாளர்.

'இல்லை நான் இவளுக்காகவே சுட்டேன்' என்றான். அவனது கைகள் என் கைகளை அழுந்தப் பிடித்திருந்தன.

பொறுப்பாளர் இருவருக்கும் தண்டனை கொடுத்தார். உயிரைக் குடிக்கும் பித்தளைக் குண்டையும் பன்றியின் உயிரையும் அவமதிக்க கூடியதான மிகவும் சிறிய தண்டனை. மிச்சம் இருந்த பன்றிக்கறியைப் பொட்டலமாகக் கட்டி எடுத்துக்கொண்டு தண்டனைக்குச் சென்றோம். தண்டனை முடிந்து சரியாக மூன்று

நாட்களில் A9 வீதி பூட்டப்பட்டது. சண்டை தொடங்கியது. சண்டையின் போது இருவரின் அணிகளுக்கு இடையிலும் இருளின் கடும்போர்வை திரும்பவும் வீழ்ந்தது. வள்ளிபுனத்தில் குட்டனைப் பார்த்தேன். மோட்டர் சைக்கிள் இல்லாமல் வெறுமனே நின்றிருந்தான். இருவருக்குள்ளும் பேசிக் கொள்ள ஒன்றுமே இருக்கவில்லை. இருவருக்கும் மட்டுமல்ல யாருக்குமே பேசிக் கொள்ள எதுவுமே இருக்கவில்லை. நம்பிக்கையின் அத்தனை வார்த்தைகளும் முடிந்து போயிருந்தன. எழும் தீக்கங்குகள், கந்தக மணம், மின்னி மறையும் ஒளிப்பிழம்புகள் சூழ்ந்திருக்க முடிவை அறிந்த மௌனம் மட்டுமே இருவருக்கும் இடையில் இருந்தது. கண்கள் சோர்ந்திருந்தன. சட்டென்று ஏதோ தோன்ற அவனது சயனைட் குப்பியைச் சிறு கத்தியால் வெட்டி எடுத்தேன். அவன் ஒன்றும் இரண்டு குப்பிகளை ஒன்றாகக் கடித்தால் கன நேரம் துடிக்க வேண்டியதில்லையாம்'' என்றேன். தெத்துப்பல் தெரியச் சிரித்தான்.

பின்னர் புனர்வாழ்வு முகாமில் தான் அவனைக் கண்டுகொள்ள முடிந்தது. வெறும் மேலில் சாரம் மட்டும் அணிந்திருந்தான். அவனுடைய பல்லிவால் துடிப்பு எங்கோ ஒளிந்து விட்டிருந்தது. சிரிப்பு அப்படியேதான் இருந்தது. தெத்துப்பல்லை மட்டும் காணவில்லை. வலதுகை மணிகட்டில் பழுப்புநிறச் சாரத் துணி கட்டியிருந்தான். சாரத்துண்டை அவிழ்த்துக் காயத்தைப் பார்த்தேன். அழுகல் வாசனையுடன் பச்சையாக இருந்தது புண்வாய். பழுப்புத் துணியை மாற்றி தூய வெள்ளைத் துணி கட்டினேன். எத்தனை முறை சுத்தம் செய்து துணிமாற்றிக் கட்டினாலும் புண்வாய் ஆறாமல் அழுகல் வாசனையுடன் பச்சையாகவே இருந்தது.

காயத்திற்குத் துணி மாற்றக் குட்டனின் கைகளை என் மடியில் வைத்திருந்த போதுதான் அப்பாவும் அம்மாவும் என்னைப் பார்க்க வந்திருப்பதாக அழைத்தார்கள்.

அய்ந்து வருடங்களில் அப்பாவின் மீசையில் நரை அடர்ந்து மயிர்கள் தெரிந்தன. கன்னம் அதைத்து, உதடுகள் இன்னும் கறுத்திருந்தன. அவருடைய உருண்டையான விரல்களினுள் என் கையைப் பொதிந்து வைத்திருந்தார். அம்மாவின் கண்களில் நீர்ப் படலம் மெல்லியதாகத் திரண்டிருந்தது. உதடுகளை மடிந்திருந்தார். கணித ஆசிரியரின் கண்டிப்பு வடிந்து முகம்

கனிந்திருந்தது. வேறு யாரோபோல இருந்தார். கையில் குட்டியாக வெள்ளைச் சோக் கறை மிச்சமிருந்தது.

நெடுநேரம் பேசிய பின்னர் ஒரு நிமிடம் என்றுவிட்டு அப்பா எழுந்து வெளியே சென்றார். அம்மா என் கையை தன் கைகளினுள் பொதிந்தார். அம்மாவின் கை விரல்கள் குளிர்ந்திருந்தன. பின் நீண்ட பெருமூச்சுடன் 'பிள்ளை நீ போன மாதிரியே வருகிறது என்றால் வா குறைந்தது மூன்று மாதத்தில் வெளியில் எடுப்பாராம், அவருக்கு ஆட்களைத் தெரியும்' என்றார்.

அப்பாவைத் தேடினேன் முகாம் தாழ்வாரத்தில் தனியனாக நின்றிருந்தார். அவரைச் சூழ்ந்து சிறு வளையங்களாகச் சிகரெட் புகை எழுந்தது. அப்பாவின் முகத்தை நினைவின் ஆழங்களிலிருந்து மெள்ள மேலே எடுத்துவந்தேன். மிக மெதுவாகக் கலங்கலில் இருந்து துலங்கிவந்தது.

சரியாக மூன்று மாதங்களில் முகாமிலிருந்து வீட்டிற்கு வந்தேன்.

03

ஒலிபெருக்கி இரைச்சலில் மைதானம் நிறைந்திருந்தது. முக்கோண வடிவக் காகிதக் கொடிகள் மைதான வேலிகளில் பறந்தபடியிருந்தன. வாசலில் சிறிய தும்புமுட்டாஸ் இயந்திரம் வண்டுபோல இரைந்து கொண்டிருந்தது. தலையில் அழுக்குக் கைக்குட்டை கட்டியிருந்த வயதானவர் சுழலும் இயந்திரத்தினுள் மரக்குச்சியை மிக நளினமாகச் சுழற்றியபடி இருந்தார். மரக் குச்சியில் சின்னஞ்சிறு இனிப்புத் தும்புகள் சேகரமாகிப் பெரிய கனவுக் கோளமாக விரிந்தபடியிருந்தது. மைதானத்தின் தகரப் பந்தலினுள் வெக்கை அனலாகக் கொதித்தது. சிறப்பு விருந்தினர்களின் கைகளில், கழுத்துகளிலும் தொங்கும் மாலைகள் வெப்ப அனலில் வாடியிருந்தன.

அம்மா, தன்னுடைய கொண்டைக்கு மேலாகப் பிடித்திருந்த சேலைத் தலைப்பின் துண்டு நிழலுள் நின்றிருந்தார். அவருடைய கண்கள் பூஞ்சல் கோடுகளாகத் தூரத்தில் தெரிந்தன. கையில் காகிதக் கட்டுடன் குடைநிழலில் லீலா மிஸ் அமர்ந்திருந்தார். அப்பா மைதானத்தின் எதிர்முனையில் நின்றிருந்தார்.

கொதிக்கும் வெயிலில் காற்று உருகிக் கண்ணாடிப் படலமாகத் இருவருக்குமிடையில் இருந்தது. உருகிய படலத்துள் அப்பா கலங்கிய நீரின் அழுக்கு விம்பமாகத் தெரிந்தார். அவருடைய உடல் அசைவுகளே இன்னாரென அவரை இனம் காட்டின.

இரைச்சலைக் கிழிக்கும் துவக்கு வெடி மைதானத்தின் நடுவாக எழுந்தது. ஓட்டப்பந்தய வீரர்களை உற்சாகப்படுத்தும் கூச்சல்கள், காட்டுக் கத்தல்கள் அலைஅலையாக எழுந்தன. மிகச்சிறிய இலக்கை நோக்கிக் கையில்லாத பெனியன்களுடன் விரையும் சிறுவர்கள்.

என்னுடைய கண்கள் மைதானத்துள் அலைபாய்ந்தபடி இருந்தன. குட்டிமானின் இளந் துழாவல்போல. வரண்ட புல்திட்டுக்களையும் அலையும் பொலித்தீன் பைகளையும் காகிதப் பெட்டிகளையும் நீர்ப் படலமாக அசையும் சேலைத் தலைப்புகளையும் மோப்பமிட்டுத் துழாவியபடியே இருந்தன. வெய்யிலில் உருகி மைதானம் முழுவதும் வழிந்தபடியிருந்த சந்தோசக் கூச்சல்கள், ஆரவாரக் கைதட்டல்களில் சீரான லயங்கள் எல்லாம் என்னிடமிருந்து தூரமாகிக் கொண்டிருந்தன. அவை எங்கோ நீள் ஆழங்களில் ஒலிப்பவை போலிருந்தன. நினைவின் ஆழங்களில் இருந்து மெல்ல எதுவோ மேல் எழுந்து வந்தது. மைதானத்தின் நடுவாக துடிப்புடன் குட்டிமானின் இளந் துழாவல் பாய்ந்து சென்றது. சங்கப்பா கிளர்ச்சிக் கொடி ஏற்றிய துண்டு நிலத்தின் எந்தத் தடயங்களும் அங்கு இல்லை. சின்ன அம்மன் கோயில், நினைவில் இனிப்பதைவிட இனிப்பாக இருந்த கிணற்று நீர் எதுவுமே. சிறு திட்டுக்களிலான புற்களே படர்ந்திருந்தன. எல்லாம் கரைந்து அழிந்து முழு மைதானத்தின் பகுதியாகி விட்டிருந்தன.

● 02.04.2020

கருப்புப் பிரதிகளின்
புதிய வெளியீடுகள்

1. **மூமின்** (சிறுகதைகள்) – ஷோபாசக்தி
2. **ஓலம்** (நாவல்) மூலம்: சரண்குமார் லிம்பாலே
   தமிழில்: ம. மதிவண்ணன்
3. **எருமைத் தேசியம்** (கட்டுரைகள்)
   மூலம்: காஞ்ச அய்லய்யா
   தமிழில்: கவின்மலர்
4. **நவகண்டம்** (கவிதைகள்) – ம. மதிவண்ணன்
5. **பார்ப்பனிய மண்ணில் மார்க்சியம்**
   மூலம்: எஸ்.கே. பிஸ்வாஸ்
   தமிழில்: பூங்குழலி
6. **ஆனைக் கோதாரி** (சிறுகதைகள்)
   – தர்மு பிரசாத் (இலங்கை - பிரான்ஸ்)
7. **அயலாள்** (கவிதைகள்)
   – தர்மினி (இலங்கை - பிரான்ஸ்)
8. **நாங்கூழ்** (கவிதைகள்)
   – மின்ஹா (இலங்கை)
9. **பறை** (ஆய்வு நூல்)
   – முனைவர் மு. வளர்மதி
10. **தனுஜா: ஈழத் திருநங்கையின்
    பயணமும் போராட்டமும்**
    – தனுஜா சிங்கம் (இலங்கை - ஜெர்மனி)
11. **கொரோனா வீட்டுக் கதைகள்**
    – மனோ சின்னத்துரை (இலங்கை - பிரான்ஸ்)